नामालूम-किशोर मुंगल

(व्यक्तिजीवन, कविता आणि समीक्षा)

संजय येरणे

Made with ❤ on the Notion Press Platform
www.notionpress.com

ध्यानस्थ कवी किशोर मुगल यांस सादर

अनुक्रमणिका

किशोर मंदाबाई दत्तात्रय मुगल

नामालूम

(व्यक्तिजीवन, कविता आणि समीक्षा)

संजय वि. येरणे

प्रकाशन- नोशन पब्लिकेशन्स,
आवृती- २८ फेब्रुवारी २०२३
मुखपृष्ठ- नरेश मांडवकर
कॉपीराईट- संजय येरणे ,
नागभीड, जिल्हा चंद्रपूर (म.रा.)
संपर्क- ९४०४१२१०९८

मनोगत

किशोर मुगल हे आमच्या चंद्रपूर जिल्ह्यातील रसिकमान्य कवी आहेत. किशोरचे तीन कवितासंग्रह प्रकाशित असून सध्याच्या सोशलमीडिया फेसबुकवरती नित्यनेमाने ते आपली कविता प्रकाशित करीत असतात. त्यांच्या कवितेचा विषय, आशय अगदी मेंदूला झिणझिण्या आणणारा असून जणू "अर्धमेल्या व्यक्तीनेही जागृत व्हावं!" ऐवढी वैचारिकता ठासून भरलेली ही कविता होय. त्यांच्या कवितेचे दिवानेही तेवढेच आहेत.

अगदी क्षणार्धात चालू घडामोडी, राजकारणावर व्यंग साधत मिष्कीलपणे विडंबन करणारी तेवढीच माणूसपणाची साद घालणारी कविता आहे; असे मला वाटते. याचमुळे किशोरच्या कवितावर काहीतरी भाष्य करावे, आपल्याला जे उमगलं ते मार्गस्थ लावावे, म्हणून केलेला हा लेखन प्रपंच होय. खरंतर ही समीक्षा आहे, असे मी म्हणणार नाही. पण जे वाटले ते आस्वादक भूमिकेतून नमूद करतोय. यासोबतच किशोर नावाचा कवी, त्याचे व्यक्तीवल्लीत्व, त्यांचं जीवन प्रत्यक्षात भेटून, विचारून ते रसिकांसमोर आणावे, हा एक हेतू साध्य करू पाहतोय. ऐवढेच नव्हेतर त्यांची अख्खी कविता प्रकाशित झाली तर दहावीस कवितासंग्रह पुन्हा नव्याने जन्माला येतील. (प्रकाशित होतील) ऐवढी प्रचंड लिहिल्या गेलेली कविता समोर येईल तेव्हा येईल; परंतु आज या माध्यमातून त्यांच्या निवडक काही प्रकारानुरूप अप्रकाशित ५८ कवितांचा संग्रह, तसेच प्रकाशित संग्रहातील १६ कविता आपणांसमोर मांडण्याचा योग येतो आहे.

एकंदरीत सदर ग्रंथानुषंगाने किशोर मुगल यांच्या कवितेचा आस्वाद, त्यांचे व्यक्तिमत्त्व व त्यांची निवडक कविता असा त्रिवेणी संगम साधून किशोर मुगल नावाच्या अत्यंत प्रामाणिक, तेवढ्याच समाजानुभूती असलेल्या हळव्या कवीला व त्यांच्या कवितेला अंतरंगात स्थान देण्याचा हा प्रयत्न या संपादन कार्यातून होतो आहे. निश्चितच त्यांचे रसिकांनाही हे सारं कार्य हवेहवेसे वाटणारे असेल.

मला थोडंफार लिहिता आलं, समजून घेता आलं, तेवढं लिहीत गेलो. त्यांच्या कवितांवर भाष्य करावे ऐवढी चिकित्सक दृष्टी मला लाभली की नाही हा प्रश्न आपणास समोर उरणारा असेल. मात्र जे मनात आलंय ते ग्रंथरूपाने उगवलं ऐवढं नक्की!

चंद्रपूर जिल्ह्यातील एकविसाव्या शतकातील द्विदशकात मला तरी किशोर मुगल यांच्या शिवाय इतर दोन-चार कवीचे अस्तित्व तेवढे दिसून येते आहे.

यासोबतच अनेक कवी आहेत. मात्र इथे विषय हा किशोर मुगल यांच्या कवितांचा असल्याने त्यावरच भाष्य करणे सोयीस्कर असेल.

यापूर्वी मी "ना. गो. थुटे यांची चारोळी कविता", "डॉ. राजन जयस्वाल यांच्या कवितेची समीक्षा काव्यफुलांचे अंतरंग", "मधुकर गराटे यांची कविता मधुघट", "डॉ. राजन जयस्वाल यांची समग्र चारोळी कविता- चौरंग" या प्रकारे कवितेवर भाष्य करणारे चार आस्वादन ग्रंथ पूर्णत्वास आणून प्रकाशित केलेले आहेत. यामुळेच मी किशोरच्या कवितावर भाष्य करण्याचे साहस करु शकलो. खरेतर माझ्याकडूनही थोडीफार कविता प्रसवल्या गेली आहे. पण माझे मन कथा, कादंबरी या विषयात रमणारे आहे. मात्र मी कवितेचा आस्वादक आहे. साहजिकच इतरांच्या कवितेचा आस्वाद घेणे, एक वाचक म्हणून मला नेहमी प्रिय वाटत आले आहे.

किशोरची काव्यमय उंची प्रसिद्ध कवींच्या रांगेतील आहे. असे रसिक मनाला नक्कीच वाटून जाते, नव्हेतर हे सर्वश्रुत आहे. कवींच्या कवितेचे मूल्यमापन करणे ही एक कसोटी असते. मात्र विद्यार्थ्यांसारखी ही परीक्षा नसली तरी, कवीचे व कवितेचे मूल्यमापन म्हणजेच वाड्.मयकाराचे मूल्यमापन हे सहजच होत असते. आता ह्या पद्धती बदललेल्या आहेत. अशीही गरळ ओकल्या जाते. असो! मात्र या कवितेच्या गर्दीत उठून दिसणारी, मनाला भावणारी कविता म्हणजेच किशोरची कविता होय. जणू आभाळात एखादी तारका अलगद नेत्रात भरावी तशीच त्यांची कविता प्रेयसीगत हवीहवीशी मनात व्याकूळ होत रेंगाळणारी, ठासून भरणारी आहे. किशोरच्या कवितांचा आढावा, शैली, जाणिवा, वैशिष्ट्ये, विषय, आशय, स्वरूप बघता, त्यांची कविता ही काळाच्या कसोटीवरून निश्चितपणे अनंत कालावधीपर्यंत तुकाराम महाराजांच्या अभंग अर्थागत जिवंत असायला हवी. तरच ती कविता आणि तो कवी जिवंत असतो. रसिकांच्या उराउरात अनंत क्षणापर्यंत टिकून राहतो.

मात्र किशोर क्षणिका लिहितोय, त्या क्षणिका क्षणात संपणार काय? हा साधासा विचार केला तेव्हा कळलं, त्यांच्या कवितेचे बीज एखाद्या शास्त्रज्ञाच्या संशोधनातील तथ्यासारखे आहे. म्हणून किशोर क्षणिक व्यक्त होवोत वा एखाद्या प्रसंगात्मक बाबीवरून व्यक्त होवोत, त्यांची कविता तेवढीच मनाला जवान करून जाणारी आहे. (जवान- रक्षक, रक्षण / तरुण)

काळातीत औषध म्हणून तरुणाईला लाजवणारी चावट कविता ही किशोरची, चावट बोलीभाषेत व्यक्त होऊन व्यंगात्मक फटकारणारी कविताही किशोरची, या सृष्टीत प्रत्येक मानवाच्या जीवनातील मार्गदर्शक तत्त्वे होणारी, जीवनपटासारखी

सोबत करीत समुदायाला न्यायाचे, नीतीतत्त्वाचे डोहाळे देत रक्षण करणारी कविताही किशोरचीच.

"ऐवढं कसं सुचते हो तुम्हाला?" माझा प्रश्न.

"सर, सुचते बसं!" फक्त तीन शब्दांत मोजके उत्तर.

किशोर किती भन्नाट संकल्पना वापरतोय. कवीबद्दल, कवितेबद्दल काय बोलावं, लिहावं? किशोरच्या कवितेतून नव्या दमाने उभे राहू पाहणाऱ्या कवींना, रसिकांना, तेवढेच अभ्यासक, जाणकारांना यातून अभ्यासात्मक मदत मिळाली, किशोरची कविता अंतरंगातून झिरपत गेली तर या लेखनाचे सार्थक झाले असे होईल.

प्रस्तुत ग्रंथात प्रसंगात्मक मांडणी, कवितांचा आशय अनुरूप मांडणीत वारंवारता असा दोष जाणवल्यास काव्यातील आशयदर्शन, वर्गवारी, वेगवेगळ्या प्रकारे अधोरेखित करताना मुद्दामहून केलेली ती पुनरुक्ती आहे, असेच समजावे.

प्रस्तुत ग्रंथरूपाने माझे हे २९ वे साहित्य अपत्य असून कथा, कादंबरी, कविता, समीक्षा, बालसाहित्य व सातत्याने सुरु असलेल्या साहित्यप्रवासातून ही एक "नामालूम" व्यक्तीची काव्यपाकळी सादर होते आहे. यावरही आपण आदरात्मक प्रेम द्यावं ही अपेक्षा ठेवत रसिकांच्या हातात हा ग्रंथ सोपवतो आहे.

ग्रंथ साकारताना मिळालेले संदर्भ, तसेच स्वतः किशोरने केलेले सहकार्य, मनोगत, मुलाखतरूपाने दिलेले सहकार्य, त्यांचे अनंत आभार. सदर ग्रंथाला अक्षर तपासणीस म्हणून माझ्या ग्रंथ निर्मितीस माझ्या पाठीशी सदोदीत असणारे आमचे साहित्य बंधू पुनाराम निकुरे सर यांचेही सहकार्य, मार्गदर्शनाप्रति आभार व्यक्त करतोय. सुबक मुखपृष्ठ तयार करणारे मित्र नरेश मांडवकर, प्रसंगी नोशन प्रकाशन, मुद्रण तथा इतरही प्रत्यक्ष-अप्रत्यक्ष सहकार्य करणारे मित्रमंडळी या सर्वांचे आभार व्यक्त करतो आहे.

चला तर जाणून घेऊया...

एका 'नामालूम' व्यक्तिमत्त्वाला 'मालूम' करणारी व्यक्तिजीवनगाथा, त्यांची कविता व त्यावरील आस्वाद भूमिका... "नामालूम किशोर मुगल" या ग्रंथाच्या माध्यमातून.

संजय येरणे,

नागभीड, जिल्हा - चंद्रपूर, मो. ९४०४१२१०९८

किशोरचे पान...

'किशोर मुगल यांच्या काव्याची समीक्षा' हा शब्द नुसता उच्चारला तरी हसायला येतं. आपली कविता खरंच या पातळीची आहे काय? आपले काव्य खरंच इतके समृद्ध आहे काय? आपल्या तीनही संग्रहावर कुणी काही लिहायचं धाडस करेल...! अनपेक्षित असेच हे काही...

परंतु हे धाडस केलं एका साहित्यिकाने, होय, असे लेखक, कवी, कथाकार, कादंबरीकार, समीक्षक, आस्वादक, प्रकाशक आणि शिक्षक असलेले संजय येरणे सर यांनी...

मी कविता करतो म्हणून कवी आहे की, लोकं म्हणतात म्हणून कवी आहे. मला माहीत नाही; परंतु काहीतरी नक्कीच आहे. जे सभोवतालातून येतं आणि शब्दरुपात मला व्यक्त करता येतं. स्वतःशी कायम संवाद करत राहायचा, त्या संवादालाच कवितेचं रूप द्यायचं. बस् इतकंच! माझ्या कविता हळूहळू बाळसेदार होताना, 'किशोर' होता होता कायम पुढच्या प्रवासासाठी तत्पर असण्यात मुख्य भूमिका 'फेसबुक' या सोशलमिडियाची आहे. इतकं की आज 'किशोर मंदाबाई दत्तात्रय मुगल "नामालूम" व्यक्तिजीवन, कविता आणि समीक्षा' हा संग्रहसुद्धा फेसबुकमुळेच आपणासमोर येते आहे. मी फेसबुकवर नेहमी ऑक्टीव असतो म्हटल्यापेक्षा तिथे पडलेलाच असतो, असं म्हटलं तरी वावगं ठरणार नाही.

पुस्तक प्रकाशन करणे हा काही सोपा कार्यक्रम नाही. माझे 'एक्कावन कविता माझ्याही' 'दिवस निरुत्तर येतो' 'कालिंदीच्या डोहातून' असे तीन कवितासंग्रह प्रकाशित असले तरी; पहिला संग्रह हा चळवळ्या मित्रांनीच माझं कौतुक म्हणून प्रकाशित केला होता. नंतरचे दोन संग्रह मी स्वतः खिशाला खार लावून प्रकाशित केले. माझा स्वतःचा संग्रह प्रकाशित करण्याचा खटाटोप मुळीच नसतो, मात्र एखादी कविता अशी येऊन जाते की वाटतं, "नाही ह्या कविता फक्त मोबाईलच्या स्क्रीनवर न राहता यांचे स्थान एखाद्या सुंदर अशा संग्रहातच असले पाहिजे." नंतर पुस्तक प्रकाशित करण्यासाठीची जुळवाजुळव सुरू होते.

प्रस्थापित कवी साहित्यिक आणि प्रकाशकाकडे माझे शब्द आणि पाय कधीच वळले नाहीत. एकतर ते आपलं साहित्य स्वीकारत नाहीत आणि स्वीकारले तर वेळ आणि पैसा दोन्ही गोष्टी आवाक्याबाहेरच्या. मध्यंतरी एका प्रकाशक महोदयांनी मोठ्या आनंदाने जाहीर केले की, पुढचा संग्रह किशोर मुगल यांचा "....." अमुक-अमुक... परंतु दीडदोन वर्षे होऊनही प्रकरण जैसे थे! मला

या गोष्टीचा आनंदही नाही की दुःखही नाही, कारण सगळ्या गोष्टींना हसत स्वीकारण्याची तयारी कवितेनेच मला करून दिली आहे. फेसबुकवर अनेकदा जाहिरात येतच असतात. आम्ही तुमचं साहित्य प्रकाशित करू वगैरे-वगैरे. नंतर संबंधित प्रकाशकासोबत संवाद केल्यावर बऱ्याच नवनवीन आटोक्यात न येणाऱ्या बाबी समोर आल्या.

अशीच एक जाहिरात पाहिल्यावर मी फेसबुकवर गंमतीने एक पोस्ट केली होती. "कुणाला माझा कवितासंग्रह प्रकाशित करायचा असल्यास मी त्यासाठी इतके लाख शब्द खर्च करायला तयार आहे." ही सहजपणे केलेली एक खोचक उपरोधिक पोस्ट होती, मात्र या पोस्टवर आलेल्या टिप्पणीमध्ये एक 'टिप्पणी' होती.

"सरजी, मी तुमच्या कवितेसाठी काहीतरी करू इच्छितो."

श्री. संजय येरणे सरांची ही कमेंट होती. मी सवयीप्रमाणे 'लव' रिअॅक्ट केला आणि विसरूनही गेलो. नंतर दोन-तीन महिन्यानंतर एक दिवस सरांचा फोन आलेला. सरांनी मला त्या 'पोस्टची' आठवण करून देत संवाद साधला. सर म्हणाले, "तुम्ही काहीच करायचं नाही. सगळं काही मीच करतो..." आणि हे सगळंकाही आपल्यासमोर पुस्तकरूपाने येताना त्यांनी किती श्रम कुठल्या परिस्थितीत घेतले, हे सारंकाही मला माहीत आहे. आपल्या कुटुंबाचा व्याप सांभाळत, शिवाय कर्तव्यदक्ष शिक्षक असल्याने एक वेगळाच आत-बाहेरच्या ताणतणावाला सामोरं जात त्यांनी हा संग्रह साकारला आहे.

त्यांच्या अभ्यासपूर्ण शैलीमुळे मला माझ्या कवितेची आणि माझीसुद्धा नव्याने ओळख झाली आहे. कविता म्हणजे फक्त लयबद्ध, अर्थबद्ध ओळींचा खेळ नसून त्यात 'काय? काय?' खजिना दडलेला असतो. हे मला सरांच्या या संग्रहामुळे समजले आहे. खरेतर या संग्रहामुळे माझी जबाबदारी वाढली आहे. असे औपचारिकपणे मी अजिबात बोलणार नाही. आता आपण 'समग्र' झालो म्हणून माझे शब्द आरामही करणार नाहीत.

कविता म्हणजे मरेपर्यंत श्वासांची सोबत करणारी एक गोड 'प्रेयसी किंवा मैत्रीण' आहे असं मला वाटतं. आज आपल्यासमोर समग्र 'किशोर मुगल "नामालूम" व्यक्तिजीवन, कविता आणि समीक्षा' म्हणून उलगडताना श्री. संजय येरणे सरांनी अपार मेहनतीने शब्दबद्ध केलेला संग्रह तुमच्यासाठी आणलेला आहे.

या संग्रहात माझ्या तीनही कवितासंग्रहातील काही कवितांची निवड स्वतः संजय येरणे सरांनी केली आहे आणि त्यावर त्यांनी अभ्यासपूर्ण विश्लेषण करून

आस्वादक समीक्षण केले आहे. त्यामुळे मला पुन्हा या अठरा-वीस वर्षाच्या काव्यप्रवासात पुन्हा एकदा मागे वळून पाहता आले, रमता आले. शिवाय त्यांनी माझ्या अप्रकाशित विविध काव्यप्रकारातील कविता या संग्रहात समाविष्ट करून एक नवाकोरा काव्यसंग्रह रसिकांसमोर सादर केला आहे. यात मुक्तछंद, अष्टाक्षरी, अभंग, बालकविता, क्षणिका, वऱ्हाडी बोलीतील कविता, हिंदी भाषेतील 'नामालूम' हा तखल्लूस घेऊन मी जमेल तशी केलेली मुशाफिरी सुद्धा येरणे सरांनी या संग्रहात समाविष्ट केली आहे. एवढा सगळा काव्यप्रपंच जो कधी स्वतंत्रपणे प्रकाशित करणे मला शक्य झाले नसते. ते सरांनी एकाच संग्रहात आणून माझ्यातील असला नसला कवी, माझे काव्यमय व्यक्तिजीवन, अप्रकाशित निवडक कविता आणि प्रकाशित काव्यसंग्रहावरील आस्वादक समीक्षा असा काव्यप्रवास पूर्णपणे उलगडून टाकला आहे.

याप्रकारे एखाद्या कवीवर एकाच ग्रंथात तिहेरी संगम साधत कवी व कवीवर व्यक्त होत ती कविता रसिकप्रिय होण्यास्तव पुढे येणे, हे कार्य माझ्यासाठी धक्कातंत्राचा वापर करीत समोर आलेली एक अभ्यासपूर्ण बाब होय. खरेतर माझ्यासाठी हा संग्रह म्हणजे एक संस्मरणीय काव्यठेवाच आहे. हा काव्यठेवा मला मिळाला याचा खूप-खूप आनंद होतो आहे. या आनंदासाठी संजय येरणे सरांचे मनापासून आभार व्यक्त करतो आहे. निश्चितच माझ्या कवितेवर मनापासून प्रेम करणाऱ्या माझ्या रसिकांना हा संग्रह हवाहवासा वाटेल. आपणही या ग्रंथातील आस्वाद घेत आपले मनभाव व्यक्त कराल ही अपेक्षा ठेवतो आहे.

_किशोर मुगल,_

चंद्रपूर. मो. ८८०६५४४३३०

१

व्यक्तिजीवन

किशोर मुगल यांचे काव्यमय व्यक्तिजीवन

किशोर मुगल यांच्या कवितांविषयी जाणून घेताना, त्यांची जीवनाविषयक माहिती जाणून घ्यावी ही रसिक म्हणून असलेली हुरहूर. या निमित्तानं त्यांना प्रत्यक्षात बोलकं करून, त्यांच्या जीवनातील काव्यप्रवास समजून घेता आला. तो आपणासमोर सादर...

किशोर मुगल हे चंद्रपूर जिल्ह्यातील आजचे रसिकमान्य कवी म्हणून सर्वश्रुत आहेत. ते सध्या औष्णिक ऊर्जा केंद्र, चंद्रपूर येथे 'तंत्रज्ञ' पदावर कार्यरत आहेत.

किशोरचं मूळ गाव अकोला जिल्ह्यातील मूर्तीजापूर तालुक्यापासून आठ कि.मी. अंतरावरील 'सोनाळा' हे छोटेसे खेडे होय. किशोरचं आडनाव 'मुगूल, मुगूल' असे अपभ्रंश होत काही पिढ्यानंतर 'मुगल' असे झाले आहे.

किशोरची जन्मपूर्व स्थिती बघू जाता अगदी खेडेगावात राहत असताना अत्यंत हलाखीची जीवनपरिस्थिती बालपणी त्यांच्या वाट्यास आलेली. त्यांचे पूर्ण नाव 'किशोर दत्तात्रय मुगल', आईचे नाव 'मंदाबाई' आहे. किशोरचे वडील चौथीपर्यंत शिकलेले. आईचे माहेर चांदूररेल्वे तालुक्यातील 'मोरे' या घराण्यातील असून शिक्षण दहावीपर्यंत झालेलं.

किशोरचा जन्म 'अमरावती' येथे दिनांक २५ मे १९६९ ही शालेय दाखल्यानुरूप नोंद आहे. अमरावती म्हणजेच आजोळी, आईचं गाव 'चांदूर रेल्वे' तिथून अमरावती २८ कि.मी. जंगल आणि घाटाचा रस्ता, पोहरादेवीचा घाट म्हणून फार प्रसिद्धी आहे. किशोरची आई सांगायची "बाबू तू होणार होता, त्या रात्री

अमरावतीले दवाखान्यात जाताना रात्री उशिरा घाटात आमची हापटन गाडी बंद पडली. मग त्या रात्री पुन्हा दुसरी गाडी आणली अन् मग कुठे आम्ही अमरावतीला पोहचलो. गुरुवार दिवस होता, पहाटे साडेतीन वाजता तुह्या जन्म झाला."

किशोर जन्मापासूनच तीन वर्षे शरीराने खूप नाजूक होता. सारखं दवाखान्यात जावं लागायचं. किशोरला पंडूरोग (मुड्डूस) याप्रकारचा आजार झालेला. त्यामुळे किशोरचं बालपण कुपोषित असलेले. वयाच्या पाच वर्षापर्यंत आजी 'विठाबाईचा' खूप मोठा आधार, सहवास लाभलेला.

किशोरची आई शिक्षित असल्याने तिने आपल्या किशोरला छान संस्कार देत जणू लिहिण्याची प्रतिभा प्रदान केलेली आहे. आईच्या कनवाळू, हुशार वृत्तीचा वारसा किशोरला लाभलेला दिसून येतो.

किशोरच्या बालपणी वडिलांना शेतजमीन नसल्याने त्यांनी 'टेलरिंगचे' दुकान मूर्तिजापूरला थाटले होते. या व्यवसायासह किशोरच्या वडिलांच्या हाताला कमालीची चव असल्याने ते मटन वगैरे पदार्थ फार चवदार बनवायचे. आजूबाजूच्या पंचक्रोशीत कुठे बड्या आसामींची पार्टी असली की, स्वयंपाक विशेषत: मटन किशोरच्या बाबांच्या हातचं असायचं. कधी-कधी गावातील प्रमुख व्यक्ती, पाटील यांच्या पाट्यांमध्ये 'नॉनव्हेजचे' जेवण बनवण्याकरिता आग्रहाने त्यांना बोलावल्या जायचे. त्यांच्या वडिलांच्या हातचे जेवण खूप प्रसिद्ध झाले होते.

मूर्तीजापूरला 'श्री. शरदराव तिडके' हे इलेक्ट्रिक बोर्डचे मेंबर म्हणून फार प्रसिद्ध गृहस्थ होते. त्यांचं राजकीय वजन होतं. एकदा त्यांच्या शेतात पार्टीचं आयोजन करण्यात आलेलं. त्यात अनेक गणमान्य राजकीय पुढारी यांना भोजनाचे निमंत्रण होते. तेव्हा नेहमीप्रमाणे किशोरच्या वडिलांना त्या ठिकाणी 'नॉनव्हेज' बनविण्याकरता बोलावण्यात आलेलं. त्या दिवशीच्या जेवणाची सुंदर चव, 'तिडके साहेब' खूप खूश झाले. त्यांनी किशोरच्या वडिलांची औष्णिक वीज केंद्र, 'पारस' येथे 'रेस्ट हाऊसला' 'खानसामा' म्हणून नोकरीची शिफारस केली. त्यांच्या राजकीय पुढाकारांनी किशोरच्या वडिलांना त्या ठिकाणी जेवण बनविण्याची नोकरी मिळाली. या नोकरीमुळे किशोरच्या कुटुंबाला थोडेफार सुखाचे दिवस आलेले.

किशोरंच वय जेमतेम पाच वर्षाचे होते. या वयापर्यंत त्यांची आजी विठाबाई किशोरची खूप काळजी घ्यायची. आजीवर किशोरचं फार प्रेम होतं. मात्र त्याच दरम्यान त्यांची आजी त्यांना कायमची सोडून गेली. किशोर आई-वडिलांसह अकोला आणि शेगावच्या मध्यंतरी असलेल्या 'पारस' येथे मुळगाव सोडून

वास्तव्याला राहू लागले. रेस्ट हाऊसला फार बडे गृहस्थ, मंत्री, खासदार, आमदार, असे अनेक नेतेमंडळी नेहमी मुक्कामाने असत. त्यांचे जेवण बनविण्याची जबाबदारी, कार्य किशोरचे वडील अगदी प्रामाणिकपणे पार पाडायचे. अशा या बाबीमुळे वडिलांच्या खूप मोठ्या व्यक्तिमत्त्वांशी ओळखी होऊन त्यांना संपूर्ण भारत तथा वेगवेगळ्या ठिकाणी भ्रमण करायची संधी उपलब्ध व्हायची. किशोरचे वडील दिल्लीसह अनेक ठिकाणी यामुळेच भ्रमंती करून आलेले. त्यांचा अनुभवही वाढलेला होता.

खरेतर किशोरची शालेय जन्मनोंद अनुमानानुसार, त्यांची खरी जन्मतारीख २५ नोव्हेंबर १९६९ ही आहे. शेजारच्या 'बबल्याचं' नाव पहिल्या वर्गात शाळेत भरती केले, तेव्हा किशोरने सुद्धा शाळेत जायचा हट्ट धरलेला. किशोरला सहा वर्ष पूर्ण व्हायला सहा महिने कालावधी कमी असल्याने त्याची जन्मतारीख सहा महिन्यांनी वाढवून गुरुजीने बदलविली. "बाबू, तुह्या जन्म दिवाळीतला म्हणून...." किशोरची आई सांगायची.

पारसला आल्यावर जिल्हा परिषद शाळेत इयत्ता पहिलीत किशोरला दाखल करण्यात आले. वर्ग पहिली ते सातवी पर्यंतचे शिक्षण त्यांनी तिथे पूर्ण केले. त्यानंतर आठवी ते दहावीचे शिक्षण त्यांनी सरस्वती विद्यालय, पारस येथे पूर्ण केले.

किशोर दहावीला उत्तीर्ण होताच, त्यांनी आय.टी.आय. ला 'फिटर' ट्रेडमध्ये 'अकोला' येथे प्रवेश मिळविला. सतत दोन वर्ष प्रशिक्षण पूर्ण करून त्यांनी 'अप्रेंटिस' पारसला पूर्ण केली. किशोरला वयानुरूप आलेली समज व समृद्धशीलता यामुळे त्यांचा कल वाचनाकडे वळलेला. खरंतर किशोरला आईकडूनच बौद्धिक ज्ञानाचा वारसा प्राप्त झालेला, कारण त्यावेळेस त्यांची आई मॅट्रिक झालेली. आईला शिक्षणानुरूप कुठेही नोकरी प्राप्त झाली असती, मात्र ग्रामीण रीतिरिवाज, परिस्थितीमुळे गृहिणीस्थान त्यांना स्वीकारावं लागलं होतं. मात्र या शिक्षणाचा उपयोग फक्त मुलांबाळावर संस्कार करणे, त्यांना घडविणे यापुरताच मर्यादित राहिलेला.

अप्रेंटिस पूर्ण होताच, किशोर काही मित्रांसोबत कामधंद्याच्या हेतूने सुरत (गुजरात) येथे 'गुजरात इंडस्ट्रियल डेव्हलपमेंट कार्पोरेशन' या प्रकल्पात काम करायला गेला. तिथे स्वतःच्या कामाचा भरपूर अनुभव, सराव केला. खूप काही नवं तंत्रज्ञान माहिती करून घेत, नवीन परिसरज्ञान, नवीन समृद्धता त्यांना प्राप्त झालेली.

किशोर जवळपास तेव्हा १९ वर्षाचा, सुरत येथे त्यांनी एक वर्ष पूर्ण काढलेलं. 'जळगाव' येथे खाजगी 'आय.टी.आय.' मध्ये 'निदेशक' या पदावर काम करण्याची संधी उपलब्ध होताच त्यांनी सुरत सोडून जळगाव गाठले होते.

किशोर आय.टी.आय ला शिक्षक म्हणून रुजू झालेत. इथे जवळपास १९८९ ते १९९२ तीन वर्ष त्यांनी ज्ञानदानाचे कार्य पार पाडले. याच कालखंडात किशोरचं मन साहित्यातील काव्यप्रकाराकडे वळलेलं. तिथे नित्यनेमाने लोकमत व इतरही पेपर वाचायचे. लोकमत वृत्तपत्रात येणारी 'रंग मैफिलीचा' सुरेश भट साहेब यांचे सदर गुरुवारला प्रकाशित व्हायचे. किशोरला हे सदर खूप आवडायचे. सोबतच सामाजिक, राजकीय घटना, प्रसंग समाजाव्यवस्था यावर त्यांचे चिंतन वाढू लागलेलं.

वृत्तपत्रातील कविता वाचताना आपणही कविता लिहावी, आपलंही नाव वृत्तपत्रात छापून यावं असंच वाटायचं. या मनातील तरंगणाऱ्या काव्यमय वृतीने किशोरने हातात लेखणी घेत कविता लेखनाचा छंद रुजविला. जळगावमध्ये त्यांच्या काव्यमनात प्रथम कविता स्फुरली. तो आनंद त्यांना गगनात मावेनासा झालेला.

किशोर मात्र नुसतं इतरांचं वाचून अनुकरणशील होत कविता लिहू लागलेला. खरंतर कविता प्रकार व त्याबरोबर अधिक कुठलीही माहिती त्यांना नव्हतीच.

आपली कविता वृत्तपत्रात प्रकाशित व्हावी, आपलं नाव प्रसिद्ध व्हावं, त्यांना तीव्रतेने वाटू लागलेलं. किशोरने 'लोकमत' वृत्तपत्राकरिता पोस्टाने सुरेश भट साहेबांकडे कविता पाठवली. आज नाहीतर उद्या कविता प्रकाशित होईल. आपलं नाव पेपरला आले काय? ते वाट बघू लागलेले. मात्र त्यांच्या पदरी निराशाच लाभली.

पुन:पुन्हा त्यांनी लोकमतसह इतरही वृत्तपत्रांना कविता पाठविल्या. मित्रांशी अनेकदा चर्चाही केली, पण त्यांची कविता मात्र कुठेही प्रकाशित न झाल्याने त्यांचं मन हिरमुसलं होतं.

एके दिवशी एक पत्र पोस्टाने त्यांच्या नावावर आलेलं. आपल्याला कोणी पत्र पाठवलं असेल? किशोरच्या मनातील प्रश्न. आतुरतेने त्यांनी पत्र घेत वाचलं. बघतात तर काय? सुरेश भट साहेबांचे ते पत्र होते. त्यांना अवर्णनीय आनंद, तेवढंच कविता प्रकाशित न झाल्याचे दु:ख.

सुरेश भट साहेबांनी किशोरला कविता कशी असावी? काय लिहावं? कसे लिहावे? यांचे पाठ आणि समजच दिलेली. त्यात त्यांनी किशोरची कानउघाडणीही केलेली. 'छान कविता लिहिण्याचा प्रयत्न करा' असा सल्लाही मिळालेला.

किशोर नित्यनेमाने कविता लिहायचा. प्रसिद्धीसाठी पाठवायचा. हा दिनक्रम सुरू असताना आता कुठेही कविता प्रकाशित होत नसल्याने त्यांचे मन हिरमुसून काही दिवस कविता लिहिणे थांबलेले.

जळगावला एक स्थानिक वृत्तपत्राचे कार्यालय होते. मित्रांचे सूचनेनुरूप ते आपल्या काही कविता पिशवीत टाकून त्या कार्यालयात पोहोचले. त्यांनी संपादकाची माहिती विचारत, त्यांच्या दालनात प्रवेश केला. किशोरने सरळ-सरळ, "मी कविता लिहितोय. तुम्ही माझी कविता छापता काय?" असा प्रश्न केला.

संपादकाने त्यांच्याकडे बघत त्यांना जवळ बसवलं. माहिती विचारत त्यांच्या कविता बघितल्या आणि किशोरला स्वतःच्या कविता ते ऐकवू लागले. किशोर तासभर संपादकाच्या कवितेचा पाऊसच जणू गुमान झेलत राहिले होते. आपल्या काव्यप्रसिद्धीसाठी...

त्या संपादकाने स्वतःच्या कविता किशोरला ऐकवत आपली तीव्र इच्छा पूर्ण केली. मात्र त्यांनी किशोरच्या कवितांना ऐकण्याचे की पुढे त्यांच्या कविता प्रकाशित करण्याचे साधे सौजन्य सुद्धा दाखविले नाही. किशोरचा हिरमोड झालेला. किशोरचे मन कवितेप्रति वाहिलेले होते. त्यांच्या मनपटलावर कविता सदैव रेंगाळत राहायची. मात्र अद्याप प्रकाशनपर्व वृत्तपत्र माध्यमातून न गवसल्याने, निराशवादी मन मित्राची चर्चा करत हिरमुसून राहू लागले होते.

एके दिवशी मित्राने म्हटलं, "किशोर, तुझे आडनाव मुगल आहे, म्हणून कदाचित कविता प्रकाशित करत नसावेत. त्याचं काय आहे? इथे लिहिणारे हे जोशी, कुलकर्णी, देशपांडेच असतात. त्यामुळे जर का तू आडनाव बदलून कविता पेपरला पाठवलीस तर...! नक्कीच प्रकाशित होईल."

किशोरचे मन विचारांती थोडं सुखावलं. मात्र स्वतःचे आडनाव बदलून कविता पाठवणे त्यांना रुचलं नाही. तरीपण आपली कविता प्रकाशित व्हावी म्हणून त्यांनी या मार्गांचाही अवलंब करण्याचे ठरवले. पुढे त्यांनी अनेकदा देशपांडे, कुलकर्णी असे आडनाव लावून वृत्तपत्रात कविता पाठविल्या पण त्याही दुर्लक्षित राहिलेल्या. किशोरचे मन पुनश्चः हिरमुसलं. कवितेचा प्रवास आता काही काळ थांबलेला. चिंतन कार्य मन भेदक होत सुरू राहिलं.

जळगावची नोकरी, तीन वर्षे निदेशक पदावरील सेवा करताना चंद्रपूर येथे 'औष्णिक ऊर्जा केंद्रात' 'तंत्रज्ञ' पदावर १९९२ ला नोकरी लाभली. जळगाव येथील तयार झालेले काव्यमय मन घेऊन ते चंद्रपूर येथे रुजू झाले.

खरंतर काव्य प्रकाशित न झाल्याने मन हिरमुसलेलं होतं. आपली कविता एकदातरी प्रकाशित व्हावी असेच त्यांना वाटायचे. मात्र आता कविता प्रकाराकडे

थोडे दुर्लक्ष होत नोकरीत मन गुंतले होते.

किशोर चंद्रपुरात दाखल होऊन वर्ष संपताच काही दिवसांनी १९९३ ला त्यांचे लग्न जुळले. त्यांच्या पत्नीचे नाव सौ. नीता किशोर मुगल. किशोरला जणू या चंद्रपुरात पुस्तकरुपी कवितेसोबत, जीवनरूपी कविता मिळून संसाराचा गाडाही पुढे हाकावा लागणार होता.

एकदा धुळ्यातील 'गुलमोहर' पाक्षिकाला पोस्टद्वारा कविता पाठवली. संपादक महोदयांनी त्यांच्या कवितेची निवड करून स्थान दिलेलं. किशोरची 'गर्भपात' ही कविता पहिल्यांदाच सामाजिक रचना म्हणून प्रकाशित झाल्याचा तो आनंद, किशोरचे मन किती हर्षून गेलं असेल, याचा अनुमान आपण करू शकणार नाही.

मिर्झा बेग यांचे हास्य वऱ्हाडी काव्य कार्यक्रम अनेक ठिकाणी गाजत होते. किशोर मुगल हे अकोला येथील असल्याने त्यांची बोलीभाषा वऱ्हाडी होती. एकदा मिर्झा बेगचा चंद्रपुरात कार्यक्रम ठरलेला. किशोर आवर्जून ते वऱ्हाडी काव्य सादरीकरण बघावयास गेले. कार्यक्रम ऐकताच किशोरच्या मनात अनंत विचाराचे कवडसे निर्माण होत गेले. पुन्हा हिरमुसलेले काव्यमन जागृत होऊन किशोरला वऱ्हाडी बोलीत काव्य रचण्याची ओढ निर्माण झाली.

किशोरने एक वऱ्हाडी कविता लिहून मिर्झा बेग साहेबांच्या पत्त्यावर पाठवली. काही दिवसातच मिर्झा बेग यांनी त्यांना उत्तर पाठविले. अभिप्राय छान होता. "आपण अशीच कविता लिहित रहा." किशोरला मिळालेले हे प्रबलन म्हणजेच जणू मिर्झा बेग एक्सप्रेसचा एक वातानुकूलित आनंदमय असा डबा होता आणि इथूनच किशोरची काव्यएक्सप्रेस आता धावणार होती. सुसाटपणे...

याला कारणही असंच घडलं, ऊर्जानगर कॉलनीत राहत असताना कॉलनीतील सभोवतालच्या परिस्थितीवर एक प्रासंगिक कविता वऱ्हाडी बोलीत किशोरने रचली. ती कविता कुठे प्रकाशित करावी हा प्रश्न त्यांना पडलेला. त्यांना सुचलं, दुसऱ्या दिवशी त्यांनी इतरांना दिसावी म्हणून त्यांच्या टाइम ऑफिस कार्यालयातील नोटीस बोर्डवर कविता टाचणीने टोचून इतरांना बघण्यास ठेवली.

दिवसभर इयुटीवर असताना ऊर्जानगर येथील अनेक कर्मचाऱ्यांनी ती कविता येता-जाता वाचली. कविता वाचून पाच-सात लोकांनी तर त्यांच्या कार्यालयात याबाबत 'कोण हे किशोर मुगल? छान लिहिली कविता. खरंच खूप हसवलं कवितेने. फारच विनोदी हं!, विचार करायला लावणारी कविता आहे.' असे बरेच अभिप्राय दिले. एवढंच नव्हेतर दिवसभर त्यांची कविता वाचून कवितेखाली छान अभिप्राय लिहिले होते.

संध्याकाळी किशोरला त्यांच्या कवितेवर छान अभिप्राय आल्याचे मित्राकडून कळताच त्यांनी नोटीस बोर्ड गाठले. बघतात तर काय! अनेकांनी त्या कवितेखाली अभिप्राय लिहून ठेवलेले. किशोरचे मन अभिप्राय वाचून सुखावले होते. एवढंच नव्हेतर टाचण्यांनी लावलेली कविता कोणीतरी काढून छानपैकी चिपकवून व्यवस्थित करून ठेवलेली. किशोरकरिता ही फार मोठी बाब होती. कारण आज तर एवढं फेसबुक, व्हाट्सअप वापरूनही कवितेला कोणी साधा प्रतिसाद देत नाहीत. त्यापेक्षाही वेगळा आनंदमय प्रतिसाद किशोरला या स्वतःच्या कार्यालयात प्रकाशित केलेल्या बाबीतून मिळालेला होता.

किशोर सायंकाळी घरी येताच मनातून जणू हरवलेली, बाजूला गेलेली कविता पुन्हा उमलून आलेली. त्यांचे लक्ष जुन्या पिशवीकडे गेलं. त्यांनी आजवर लिहून ठेवलेल्या कवितेचे कागद, वही काढली. वारंवार नजरेखालून घातले आणि पुन्हा सुरू झाला तो काव्यमय मनाचा काव्यप्रवास...

चंद्रपूरला काव्यप्रांतातील ही नवी वाट गवसत काव्यदालनात 'किशोर मुगल' या नावाला फार मोठे करून गेले आहे. आपली कविता कुठे चुकली? काय कमतरता आहे? हे त्यांचे शोधणे सुरू झाले. समृद्ध वाचनाने हळूहळू त्यांना कविता कळू लागली. इथे त्यांनी बन्याच कविता साकार केल्या. या अनुभवावरूनच आजचा किशोर हा तावून-सुलाखून निघालेला 'किशोर मुगल' कवी म्हणून प्रसिद्धी झाल्याचे आपण बघतो आहोत.

वृत्तपत्र वाचन, कवितासंग्रह वाचन, इतर साहित्य वाचनप्रवास सुरू झालेला. नवे अनुभवविश्व व नवी जीवनसमृद्धता त्यांच्या शब्दातून काव्यात येऊ लागलेली. कवितेतील समंजसपणा, कवितेचा विषय, आशय यात वैविध्य येऊ लागलेले. मात्र किशोरला आता लळा लागला तो फक्त वन्हाडी बोलीभाषेतील कवितांचा.

किशोरची कविता ऊर्जानगर चंद्रपूरात बहरू लागलेली. बन्याचशा व्यक्तींना किशोर कवी आहे माहीत झालेलं. कार्यालयातील मित्रमंडळी कवितेला दाद देऊ लागलेली.

मराठा सेवा संघाचे चंद्रपूरला १९९२ पासून कार्य सुरू झालेले. एक दिवशी चंद्रकांत जाधव मराठा सेवा संघ जिल्हाध्यक्ष, शिवश्री राजेंद्र पवार ज. तु. साहित्य परिषद अध्यक्ष हे किशोरला मुद्दाम घरी भेटावयास आले. त्यांनी लिहित्या हाताला बळ देण्यास्तव किशोरची भेट घेतलेली आणि इथूनच किशोर मुगल मराठा सेवा संघाच्या विचारधारेशी जुडले. किशोरला या भेटीने अनेक कार्यक्रमात, भाषणे ऐकायला जाणे, नवीन विचार, मार्गदर्शन मिळू लागले. कविता

सादरीकरणाला यातूनच मंचही उपलब्ध झाला. ऊर्जानगरातील सेवा संघाची शाखाही फारच नावाजलेली. यात अनेक लोक जुळलेले. अनेकांच्या भेटीगाठी होत परिचय वाढू लागलेला.

किशोरच्या वाचनाचा छंद वाढलेला. वैचारिक जाणीव समृद्ध होऊ लागलेल्या. त्यांच्या कपाटात पुस्तके येऊ लागली. ग्रंथाची ओळख वाढली. कविता ऐकणे, लिहिणे, वाचणे यातून किशोरचे काव्यमन बहरु लागलं होतं.

यासोबतच त्यांची प्रसिद्ध विचारवंत डॉ. आ. ह. साळुंखे सर सातारा यांच्याशी चळवळीच्या माध्यमातून ओळख होत फार घट्ट नातेसंबंध जुळले. डॉ. आ. ह. साळुंखे सरांचे साहित्य, त्यातील समृद्धता वाचून जणू विशाल महाकाय वृक्षाला कवटाळल्यागत किशोरचे काव्यजीवनही डेरेदार होऊन बहरायला लागलं होतं.

सन १९९२ ते २००४ हा कालखंड त्यांच्या जीवनातील कवितेत समरस झालेला कालखंड असून, ३ जानेवारी २००४ रोजी मराठा सेवा संघ चंद्रपूरचे जिल्हाध्यक्ष चंद्रकांत जाधव तथा ऊर्जानगर शाखा मित्रमंडळी यांच्या सहकार्याने स्वतःहून आर्थिक भार व सोपस्कार करीत त्यांच्या "एक्कावन कविता माझ्याही" या काव्यसंग्रहाचा दिमाखदार प्रकाशन सोहळा वैचारिक कार्यक्रमात पार पाडला.

"अटलबिहारी वाजपेयी हे पंतप्रधान असूनही 'मेरी एक्कावन कविता' असा हिंदी कवितासंग्रह काढू शकतात, मात्र आपण कधीही पंतप्रधान होऊ शकणार नाही म्हणून 'माझ्याही एक्कावन कविता' या नावाने संग्रह प्रकाशित करावा." असेच हास्यमय कार्य किशोर मुगल यांच्या काव्यातून झालेले आहे. असे ते अभिमानाने सांगतात.

प्रा. ज्ञानेश वाकुडकर सरांचे 'सखी साजणी' कार्यक्रमाचे प्रयोग खूप गाजत होते. असाच एक प्रयोग चंद्रपूरला असताना ते शिवसेनेशी निगडित असल्याने चंद्रपूरचे किशोर डांगे हे शिवसेनेचे जिल्हाप्रमुख नेते होते. कोणाच्या तरी माध्यमातून 'एक्कावन कविता माझ्याही' या संग्रहाची प्रत प्रा. वाकुडकर सरांना कुणाकडून तरी पोहोचलेली होती. त्यांना चंद्रपुरात येताच किशोरची आठवण झालेली. त्यात किशोरच्या दोन पत्रकाव्यरूपाने असलेल्या कविता वाचून ज्ञानेश वाकुडकर यांनी किशोर मुगल यांचा परिचय काढला. तेव्हा किशोर डांगे हे त्यांच्यासोबत होते. किशोर डांगेच्या घराकडेच किशोर मुगल हे कॉलनीत राहत असल्याने, किशोर डांगे यांनी एका माणसाला घरी पाठवून किशोर मुगल यांना त्या कार्यक्रम स्थळी बोलाविले. किशोरची आणि वाकुडकर सर यांची ही पहिलीच भेट.

किशोरचे मन प्रा. वाकुडकर सरांना भेटून भारावलेले. प्रा. वाकुडकर सरांचे नाव खूप प्रसिद्ध, चर्चेत होते.

"बाकी सर्व ठीक व बुढ्याचं पत्र ही कविता पाठ करून पंधरा दिवसांनी दिलेल्या दिनांकास कविता सादरीकरण करायला नागपूरला अवश्य या." प्रा. वाकुडकर सरांनी किशोरला निमंत्रण दिले.

किशोर वाकुडकर सरांनी दिलेल्या सन्मानाने, आदराने भारावून गेलेला. किशोर पुढे कविता तोंडपाठ करून नागपूरला प्रा. वाकुडकर यांच्या भेटीस गेले.

नागपूर येथे कळमेश्वरला प्रा. वाकुडकर सर यांच्या संचालनात दोन हजार लोकांच्या उपस्थितीत भरगच्च असा कवी संमेलनाचा कार्यक्रम होता. यात निमंत्रित, प्रसिद्ध कवी म्हणून मिर्झा बेग, सुनंदा पाटील, दीपक रंगारी, शंकर बडे अशी अनेक दिग्गज कवी मंडळी होती. प्रा. वाकुडकर सरांनी यात किशोरला मंचावर स्थान देत कविता सादरीकरणाची प्रथम संधी दिली.

किशोरची एवढ्या मोठ्या कार्यक्रमात कविता सादरीकरणाची ही पहिलीची वेळ असल्याने त्यांनी कविता पाठ असूनही हातात कागद घेऊन कविता तोंडपाठ म्हटली. किशोरच्या कवितेचे बहारदार सादरीकरण, रसिकांनी त्यांना भरभरून दाद दिली. सर्वांचे लक्ष या नवोदित किशोरकडे लागलेले.

"अरे किशोर! कविता पाठ करून हातात कागद न घेता कविता म्हणायची. खूप छान. अशीच कविता लिहित राहा." शंकर बडे यांनी त्यांची पाठ थोपटत मार्गदर्शन केले.

ऊर्जा केंद्रात दिवाकर देशमुख आणि यशवंत मोहिते या मित्रांशी किशोरची ओळख झालेली. ऊर्जा नगरातील मराठा सेवा संघाच्या कार्यक्रम निमित्ताने मैत्रीत रूपांतरण झालेले. दिवाकर देशमुख, यशवंत मोहिते हे सुद्धा वऱ्हाडी कविता लेखन, वाचन करायचे. त्यांचे कविता सादरीकरणावर प्रभुत्व होते. त्यांचेसह किशोर त्यांचेशी जुळल्याने त्रिकोण पूर्ण झालेला.

पुढे मिर्झा बेग यांनी किशोरला चार-पाच कार्यक्रमात कविता सादर करण्यासाठी निमंत्रित केले. सोबतच शंकर बडे, ज्ञानेश्वर वाकुडकर यांनीही अनेक कवी संमेलनात किशोरला निमंत्रित केलं. किशोरची कविता सादरीकरण करण्याची हिंमत, लय बहारदार होत वाढलेली. 'किशोर मुगल' हे नाव चर्चेत आले होते.

आंबेजोगाई येथे यशवंतराव चव्हाण प्रतिष्ठाना करिता दगडू लोमटे हे खूप मोठं संमेलन दरवर्षी आयोजित करीत असत. या कार्यक्रमाचे प्रमुख शंकर बडे यांना निमंत्रण दिल्या गेलं. मात्र त्यांच्या वैयक्तिक कारणाने त्यांना कार्यक्रमाला

जाणे शक्य होणार नव्हते. तेव्हा आयोजकांनी, "तुमच्याच तोडीचा आम्हाला विदर्भातील वऱ्हाडी कवी मंचावर द्या." ही विनंती केली. शंकर बडे सरांनी किशोरचे नाव सुचविले. आंबेजोगाईच्या फार मोठ्या कार्यक्रमात किशोर मुगल उपस्थित राहिले. त्यांनी सर्वांची मने जिंकली. त्यांच्या सादरीकरणाची रसिकांनी दाद दिली. त्यात किशोरचा सन्मानही करण्यात आलेला. शंकर बडे, मिर्झा बेग अशा व्यक्तिमत्त्वांनी खरंतर किशोरच्या काव्यमनाला चालना दिली. त्यांना समोर आणण्याचं कार्य केलं.

वऱ्हाडी कविता पुस्तकातून वाचण्यापेक्षा मंचावर बोलीशैलीने सादर करण्याची कसोटी ही फार वेगळी असते. ती शैली या प्रसिद्ध कवीने किशोरला दिली आहे.

मंचावर 'मायबोली' प्रयोग सादरीकरणामागे डॉ. आ.ह. साळुंखे सरांसह प्रा. ज्ञानेश्वर वाकुडकर सर यांचा फार मोठा मोलाचा सहभाग व प्रेरणा मिळाल्याने पुढे मंचीय कार्यक्रम सादर होऊ लागले.

त्यांनी 'मायबोली' हा वऱ्हाडी हास्यव्यंग कवितांचा बहारदार कार्यक्रम उभा केला. हळूहळू सराव होऊन अनेक मंचावर कार्यक्रम सादर होऊ लागले. रसिकांच्या पसंतीस त्यांच्या कविता उतरू लागल्या आणि बघता-बघता किशोर मुगल हे नाव आता 'मायबोली' या कार्यक्रमामुळे सर्वांच्या ओठावर रेंगाळू लागलेले. किशोरचे बहारदार सादरीकरण, हास्य, व्यंग, अश्रू, उपहास, समाजाचे दुखणे-सुखणे असं सारंकाही महाराष्ट्रभरच नव्हेतर कोकण, बंगलोर (कर्नाटक) रायपूर (छत्तीसगड) राज्याबाहेरही अनेक ठिकाणी मायबोलीच्या तीन तासांच्या कविताचा रंगतदार सोहळा सादर होऊ लागलेला. जवळपास त्यांनी चारशेहून अधिक प्रयोग पुढल्या कालावधीत सादर केले.

संसारात रमतानाच किशोर मायबोलीच्या निमित्ताने अनेक मंचावर दौरे करू लागलेले. अनेक कवीसंमेलन बहारदार संपन्न होऊ लागलेली. किशोरची कविता समृद्ध व प्रगल्भ झालेली. वऱ्हाडी कवितेसोबतच गझल, मुक्तछंद, हिंदी कविता, क्षणिका, अभंग असे लेखनप्रकार किशोर हाताळू लागलेला.

एकदा हिंगणघाटला कार्यक्रम असताना ज्ञानेश चौधरी यांच्या 'लोकजागृती' द्वारा 'मायबोलीचा कार्यक्रम' ठेवण्यात आला. त्यांना किशोरचे सादरीकरण फार-फार आवडले. त्या बहारदार कार्यक्रमानंतर काही दिवसांनी पुन्हा रामदास फुटाणे या प्रसिद्ध कवीचा कार्यक्रम आयोजित करण्यात आलेला. तेव्हा ज्ञानेश्वर चौधरी यांनी किशोरला पुन्हा निमंत्रित केले. रामदास फुटाणे यांचेसोबत ते पहिल्यांदाच मंचावर बसले. बहारदार कविता सादरीकरणाने त्यांचेशी ओळख झाली. रामदास फुटाणे यांनी पुढे 'पुणे फेस्टिवल' कार्यक्रम बालगंधर्वला कविता सादरीकरण

करण्यासाठी किशोरला निमंत्रित करून बोलावले. हा सुद्धा फार मोठा बहुमान त्यांना कवितेमुळे मिळालेला.

ई टी.व्ही. वर 'साहित्य हास्यदरबार' मध्ये आठवडाभर कविता सादरीकरण करायला मिळाले. आकाशवाणी तथा विविध मंचावर अनेकदा पुढे संधी मिळाली. किशोरची कविता रसिकाग्न, लोकप्रिय झालेली.

एकदा भंडारा जेलमध्ये तुरुंगात मायबोलीचा कैद्यांकरिता कार्यक्रम ठेवलेला. संध्याकाळचा कार्यक्रम असल्याने तिघांचीही टीम चंद्रपूरहून दुपारी बारा वाजता भंडाऱ्याला पोहोचली. यशवंत मोहितेची जेलरशी ओळखी असल्याने त्यांनी कार्यक्रम घेतलेला. दुपारला लवकर आल्याने त्यांना भंडारा येथील रेस्ट हाऊसवर विश्रांतीची व्यवस्था करण्यात आली. त्यांना रेस्ट हाऊसला नेण्यात आलं. मात्र तिथल्या जेलरने त्यांच्या विश्राम कक्षाबाहेर दोन बंदूकधारी पोलीस पहारा देत दारावर उभे केले. किशोरला हे विपरीत वाटू लागलं. त्यांना दुपारी भंडारा शहरात जाऊन फिरावं, मोकळं व्हावं असं वाटून ते बाहेर निघणार. मात्र त्या पहारेकरी पोलिसांनी त्यांना बाहेर जाण्यास मनाई केलेली. एवढा कडक पहारा. किशोरचे मित्र हसू लागले. जणू आता 'मायबोली' सादर करणारे तिघेही तुरुंगवासात बंदी झाले होते. असेच ते दृश्य. सामान्य माणसाच्या जीवाला धोका होऊ नये म्हणून घेतलेली ही खबरदारी असली तरी या बाबीचे हसू त्यांना आवरता आवरेना. रात्रौला बहारदार कार्यक्रम, तिथले कैदी अनंत वेदना, दुखे विसरून खळखळून हसणारी. तो आनंद, तिथे घालवलेले क्षण, अशा अनेक आठवणी किशोरला कवितेने दिल्या. तेवढेच कवितेमुळे मिळालेले मानसन्मान, ओळखी, हे त्यांच्या आयुष्यातील पैशाच्या कमाईपेक्षा फार-फार श्रेष्ठ मोलाचं ठरलं आहे.

मात्र काही वर्षांनी 'यशवंत मोहिते व दिवाकर देशमुख' यांची कोराडी (नागपूर) येथे बदली झाल्याने कार्यक्रम सादर करण्यात अडचणी येऊ लागलेल्या आणि इथूनच त्यांची 'मायबोली' थांबवावी लागल्याची खंत अजूनही त्यांच्या उरात सलते आहे.

आ. ह. साळुंखे सर चंद्रपूरला सेवा संघाच्या कार्यक्रमात, व्याख्यानमालेत अनेकदा आलेले. त्यांच्याशी जुळलेले ऋणानुबंध, एकदा किशोरच्या आग्रहाने डॉ. साळुंखे सर योगायोगाने तीन दिवस घरी मुक्कामी राहिले. दोनदा डॉ. साळुंखे सरांसोबत आठ-पंधरा दिवसांच्या संशोधनात्मक गाठीभेटी दौऱ्यात ते अमरकंटकपर्यंत त्यांच्यासोबत गेले. ऐतिहासिक स्थळ निरीक्षण, संशोधनकार्यात त्यांच्यासोबत सहभागी असणे, त्यांचा सहवास, त्यांचे विचार, त्यांची अनुभव समृद्धिता किशोरला मिळाली. हे फार मोठे जीवनातील आनंदाचे

क्षण होत. असे ते मान्य करतात. मराठा सेवा संघ विचारधारा, प्रबोधन, व्याख्यानमाला, साहित्य वाचन यातून त्यांचा समाजाकडे बघण्याचा वैचारिक दृष्टिकोन प्रगल्भ झाला. किशोरचे विचार सृजनशील व संपन्न बनलेत. किशोरला अगदी कमी वयात नोकरी मिळाल्याने त्यांना आर्थिक समृद्धताही प्राप्त झाली होती.

किशोरची कविता एकेकाळी प्रकाशित न करणारे व्यक्तिमत्त्व व वृत्तपत्र आता किशोरच्या कवितेची दखल घेऊ लागले होते. अनेक मासिक, वृत्तपत्रात त्यांच्या अनेक रचना प्रकाशित करू लागलेले.

"मात्र याच कवितेमुळे आयुष्य किचकट झालं." असे ते म्हणतात. कविता त्यांच्या जगण्याचा एक भाग झाली होती.

"एक्कावन कविता माझ्याही" संग्रह प्रकाशन झाल्यानंतर अमरावतीचे 'प्रकाश मोरे' गझलकार यांच्याकडे कुणाचे तरी माध्यमातून संग्रह पोहोचलेला. तेव्हा त्यांनी किशोरला पत्र लिहून, "आपण गझल सदृश्य रचना फार सुंदर लिहिता. आपण गजलेचा अभ्यास केल्यास तंत्रशुद्ध लिहू शकता. आपण इकडे आले तर या भेटायला." असा निरोप दिलेला. प्रकाश मोरे हे गजलेचे चांगले जाणकार, कवी, भाष्यकार होते. किशोर आपल्या मूळ गावाला गेले की अकोल्यावरून अमरावतीला जाऊन मोरे सरांची अगदी भेट घ्यायचे. अशा चार-पाच गाठीभेटीत प्रकाश मोरे यांनी गजलेचे तंत्र किशोर यांना समजावून दिले. त्यांच्यासोबत अनेक गझल संमेलनात सहभाग घ्यायची संधी त्यांना प्राप्त झाली. त्यातूनच गजलेतील समृद्धता वाढली.

'प्रकाश मोरे' किशोरचे गझलगुरु ठरले. पुढे 'दिवस निरुत्तर येतो' २०१२ मध्ये प्रकाशित संग्रहात याच हेतूने अनेक गजलांचा समावेश केलेला आहे.

किशोरचा काव्यमय प्रवास हा असा विस्तारित होत जाताना अनेक ज्येष्ठ श्रेष्ठ मंडळींनी त्यांना सहकार्य केले आहे.

किशोर काव्यप्रांतात जम बसवून गझल सादर करू लागले. भीमराव पांचाळे, सुरेश वैराळकर 'गझलरंगचे' संयोजक यांच्यासोबतही गझल मैफिलीत अनेकदा किशोर मुगल सादरीकरणात सोबत राहिले. मात्र पुढे काही दिवसांनी त्यांचे गझलकडे दुर्लक्ष होऊन पुन्हा ते मुक्तछंदाकडे वळले.

वर्तमानकालीन संजय चौधरी, रावसाहेब कुवर, प्रशांत असनारे हे मुक्तछंदातील त्यांचे फार-फार आवडते कवी आहेत. त्यांच्या कविता किशोरला खूप खूप भावतात. असे ते आवर्जून सांगतात. 'दिवस निरुत्तर येतो' ला नाशिकचा कवी कुसुमाग्रज हा पुरस्कारही त्यांना प्राप्त झाला आहे.

'कालिंदीच्या डोहातून' संग्रहाला गदिमा पुरस्कार विश्वास पाटील यांचे हस्ते प्रदान करण्यात आला. तेव्हा मंचावर अरुणा ढेरेसह अन्य मान्यवर उपस्थित होते. किशोरने सदर पुरस्काराकरिता संग्रह स्वतःहून पाठविला नव्हता मात्र अन्य कुण्यातरी व्यक्तीने पाठवल्याने त्यांना पुरस्कार प्राप्त झाला होता, हे विशेष.

"तर्कवादी माणसाची जात माझी

तोतये अवतार ओवाळू कशाला"

किशोरची तर्कवादी विचारसरणी व वैज्ञानिक ओढ असल्यामुळे मराठा सेवा संघाच्या विचारांशी जुळलेले. सेवा संघाचा मानवतावादी दृष्टिकोन, विचार खरंतर त्यांच्या जगण्याला ऊर्जा देत होती. जातीभेद विरहित समाजरचना, सर्वधर्मसमभाव शिकवण, गुणांना मिळणारे प्रबलन, शुद्ध सुआचरण, नीतिमत्ता अशी विविध अंगाने स्वभावाला गुणाची जोड मिळालेली आहे.

किशोर जीवनात अनंत अनुभवाने समोर आले आहेत. काही आयुष्यातील घडामोडी व चळवळीमुळे मिळालेला स्वाभिमान, किशोरला अनावश्यक बाबींत तडजोड करणे मनाला कधीही मान्य होत नाही. किशोर अगदी मनाने प्रामाणिक जगणे, वागणे, राहणे याला पसंती देतो. कुठल्याही खोटारड्या, बातेबंबाल बाबीला ते दूर सारतात. एवढंच नव्हेतर जीवनात तोरा मिरवणे, वरचढपणा दाखविणे, अहंकारत्व अशा अनेक कुआचरण बाबीला त्यांनी कधीही मनाच्या कोपऱ्यात स्थान दिले नाही.

किशोरचा स्वभाव अगदी प्रामाणिक तेवढाच बाणेदार आहे. या स्वभावामुळे किशोर पुरस्काराच्या लालसेबाहेर जगत राहणे त्यांना पसंत आहे. याचे त्यांना अजिबात आश्चर्य नवलही वाटत नाही. आयुष्यात काही दिवस निराशावाद आल्याने 'दिवस निरुत्तर येतो' या संग्रहानंतर त्यांनी कविता लिहिणेही काही कालावधीपर्यंत सोडले होते. परंतु या जीवन नैराश्येतूनच पुढे 'कालिंदीच्या डोहातून' हा संग्रह तयार झालेला आहे. किशोर फेसबुकला सातत्याने लिहिते राहिले आहेत. त्यांची कविता आजही रसिकांची भरपूर दाद मिळवीत पसंतीस उतरत आहे. अगदी काळजातील भाव-भावनांना साद घालणारी त्यांची कविता सर्वांना हवीहवीशी वाटते आहे.

एकदा लोकसत्ता वृत्तपत्राने 'राम-बाबरी' ह्या कवितेचा 'ज्वलंत विषय' बघून अर्ध पान जागा देत प्रकाशित केली. सोबतच कुमार केतकर यांचा लेखही अध्र्या पानावर होता. अर्धा पान एकच कविता छापणे ही किशोरसाठी अभिमानांची बाब ठरली. पुढे या कवितेचे गुजराती व इतरही भाषेत अनुवादित होऊन ती प्रसिद्ध झाली आहे. एकेकाळी कविता प्रकाशित करण्यासाठी धडपडणारा किशोर आता

मंचावरील कार्यक्रम, सादरीकरण व काव्यरचना प्रकाशनात सहज गुणकौशल्याने समोर आल्याचे दिसून येते.

'दंगल' कविता लोकमतच्या रविवार पुरवणीत खूप मोठी जागा देऊन प्रकाशित केली गेली. त्या कवितेचे त्यांना मानधनही दिले गेले. यामुळे किशोर महाराष्ट्रभर चर्चेत आलेले कवी ठरले. पुढे त्यांच्या कविता सातत्याने वृत्तपत्रात येत राहिल्यात. मासिके, दिवाळी अंक, पाक्षिक यात किशोरच्या कवितेला सन्मानाने स्थान मिळू लागले. लोकमत, नवराष्ट्र, देशोन्नती, सकाळ, लोकसता अशा विविध वृत्तपत्रासह अनेक पाक्षिक व मासिकात त्यांनी स्थान मिळवलेले आहे. हेमंत दिवटे मुंबई 'अभिधांतर' प्रकाशनद्वारा त्यांच्या कवितेला सन्मानही प्राप्त झालेला. मायबोलीचे लोकमतने प्रत्येक तालुक्यात प्रयोग लावले. तसेच सर्व पॉवर स्टेशनलाही प्रयोग झालेत.

आज किशोरला 'निसर्ग' हा मोठा मुलगा, सध्या अठरा वर्षाचा असून, गौतमी व निर्मिती (गुगली, मुगली) ह्या दोन जुळ्या मुली पाच वर्षाच्या आहेत.

किशोरच्या कुटुंबात आई-वडिलांसह तीन बहिणी त्यांची क्रमश: नावे वर्षा, सुनीता, अनिता (सासरी) आहेत. किशोर शरीराने, रूपाने हुबेहूब वडिलासारखेच. "तू म्हणजेच जणू आमचा बाप आहेस!" आज वडील हयात नसताना त्यांच्या बहिणी किशोरला गंमतीने म्हणतात.

किशोर मुगल यांचे व्यक्तिमत्त्व साहित्यविषयक बाबीने बघू जाता त्यांच्या कवितात विषयापेक्षा आशयाला फार प्राधान्य देत समोर येतात. त्यात त्यांच्या मनाचे पैलू डोकावत असल्याचे दिसून येते. पृष्ठमर्यादा लक्षात घेत किशोरचा थोडक्यात काव्यमय जीवनप्रवास उलगडण्याचा हा अल्पसा प्रयत्न होय. पुढे त्यांची अप्रकाशित व प्रकाशित कविता, त्यावरील आस्वादकता सामीक्षेच्या रूपाने बघूया...

2

(निवडक अप्रकाशित कविता)

१)

मी तुम्हाला
गांडूळ खताचे फायदे सांगणार नाही
-

हे ही सांगणार नाही की
कुठल्या क्रिकेटपटुची बायको
कुठल्या अभिनेत्रीपेक्षा दिसते हॉट
-

मला ह्यावर सुद्धा नाही करायची चर्चा की,
पहिली लस घेतल्यावर
दुसरी इतक्याच दिवसांनी का घ्यायची
-

काय खाल्ल्यानंतर काय खाऊ नये
किंवा काय खायच्या आधी काय खालले की,
तुम्ही झोपू देणार नाही तिला रात्रभर
असल्या पांचट गोष्टीपासून
दूरच ठेवणार आहे मी तुम्हाला

-

नैतिक अनैतिकच्या गप्पासुद्धा
नाही छाटणार मी इकडे
घुसमट कुठून सुरू होते
कुठे संपते हे सुद्धा नाही सांगणार

-

तुम्ही कुणाला मत दिलं म्हणजे वाढेल तुमची पत
इतकं तर कळतंच तुम्हाला सुद्धा

-

तर मी तुम्हाला हे सांगायला आलो आहे
की, तुमच्या अस्तित्वाला लावल्या जात आहे नख
आणि तुम्ही आहात की,
गुदगुल्या समजून हसत आहात...
खोल खोल खो....ल फसत आहात

॰৹

२)

चौकटीतून बाहेर पडणं
जमलंच नाही आपल्याला
आपण प्रयत्न केलाही बाहेर पडण्याचा
पडलोही...
सोबत एक नवी चौकट घेऊन

-

आपल्याच श्वासोच्छवासाला
समजत राहिलो प्राणवायू

-

खिडकीतून दिसणारं आभाळ
पाहून...
'बस्स इतकच छोटं' म्हणून
लावून घेत राहिलो... मनाचे मौन दरवाजे

-

आपण म्हणजेच मी
आणि मी म्हणजेच आपण
झालं... संपली जगाची लोकसंख्या
-

रस्त्यावरील मिरवणुकीत
वाजवणारे अन् नाचणारे पाहून
मनातल्या मनातच कुल्ले हलवत राहिलो आपण
-

रस्त्यात आपल्याला पाहून
नमस्कार करणाऱ्या माणसालाही
प्रत्युत्तरादाखल
नाही करू शकलो आपण अगदीच
तोंडदेखला नमस्कार सुद्धा
-

शिटs...
आपण ना धड बोलू शकलो
ना धड हसू शकलो
ना गाऊ शकलो
ना आपल्याला सोडून राहू शकलो कधी एकटे
-

सालं... आपण असेच सरून जाऊ
हळूहळू मरून जाऊ
आपल्याच न दिसणाऱ्या... चौकटीत

☙

३)

त्याने विचारले मला
तू आजारी आहेस का?
मी म्हणालो ,
ऊंहू...
मी इतकाही आजारी नाही काही

हं! कधी-कधी शर्टाची बटन खालीवर लावतो
खिडकीतून एकटक शुन्यात पाहतो
पॅंटची झीप लावायची विसरतो
भिकाऱ्यापुढे हात पसरतो
वेगवेगळे मोजे घालतो
तरीही रस्त्याने शिट्टी वाजवत चालतो
म्हणून हा काही आजार होत नाही
-

रस्त्याने चालताना एकटाच हसतो
उन्हाच्या झाडाखाली तासनतास बसतो
आता नाही समजत मला
कुठून आलो कुठे जायचं
कुठे काय गायचं
कधी काय खायचं
थांबायच की जायचं
की नुसतीच वाट पाहायचं
म्हणून हा काही आजार होत नाही
-

मला हे सुद्धा नाही समजत
कुणाला टाळायचं कुणाला माळायचं
कुणासाठी जळायचं कुणाला जाळायचं
कधीकधी मी फुलांच्याही तावडीत येतो
तर कधी काट्यांनाही मिठीत घेतो
हसायच्या वेळेस जर मी रडू लागतो
आणि रडता-रडता अचानक हसू लागतो
म्हणून हा काही आजार होत नाही
-

आता...
जरका तू ह्यालाच आजार समजत असशील तर
तर मग तूच आजारी आहेस
तुलाच औषधोपचाराची गरज आहे
माझं सोडून दे

माझ्यासाठी हसणंरडणं, असणंनसणं, जगणंमरणं
दोन्ही गोष्टी सहज आहे

੭੦

४)

जगाचा निरोप ...घेण्यापूर्वी
मला काही मित्रांना भेटायचं आहे
-

डोंगराच्या पायथ्याशी राहतो त्याला
तो सांगत असतो की नदी
त्याच्या अंगणातून वाहते
आणि
पाखरे त्याच्याकडे रात्री मुक्कामाला असतात म्हणून
-

त्यालाही जो दूर वाळवंटात राहतो
ज्याच्या आजूबाजूला शेकडो मैलात
नाही एकही झाड
त्याला भेटायला जातांना
एक लहान रोपटं घेऊन जाईन म्हणतो...
मोठ्या सावलीचं
-

त्यालाही भेटायच आहे
जो राहतो बर्फाळ प्रदेशात
तो बोलताना
त्याचे शब्द कायम कुडकुडत असतात...
मला ती गंमत जवळून अनुभवायची आहे
-

एक मित्र आहे
समुद्राच्या किनाऱ्यावर गाव आहे त्याचं
तो बोलायच्या आधी समुद्रच बोलतो माझ्यासोबत
मला एकदा त्याच्या गावी जायचं आहे त्याच्या होडीत बसून

समुद्रात दूरवर जाऊन त्याच्या सोबत फेनी प्यायची आहे बस्स!
तो मी आणि समुद्र... आणि फेनी
-

आणि हो त्याला कसं विसरेन मी
त्याला भेटल्याशिवाय
हे जग तरी मला निरोप देईल का
तो राहतो माझ्या... काळजात
माझ्या सोबत धडधडतो
अर्थपूर्ण परंतु... निरर्थक बडबडतो
त्यालाही भेटायचं आहे एकदा
जगाचा निरोप... घेण्यापूर्वी

॥

५)

आता तर
राधेश्यामनेही टाकलीय गाडी
हैद्राबादी दम चिकनबिर्याणीची...
बाजूलाच संज्याने टाकलंय खर्रा सेंटर
ज्याला नाही कुठलाच केंद्रबिंदू
शिवाय मोतीरामची चहाची टपरी आहेच
देशाचा जीडीपी वाढविण्याच्या खटपटीत
सुलक्षणाबाई बसते पथारी टाकून
आपल्या हिरव्याकंच पोरीच्या सोबतीने
आपला भाजीपाला ठेवते तीनतीन दिवस
ताजा टवटवीत
-

मध्यमवर्गीय कुटुंब तयार करण्याच्या
आयटीआय नामक कारखाण्यातून नुकतेच बाहेर पडलेत...
रमेश, सुरेश, नरेश
विकताहेत स्वतःच स्किल

बारा-पंधरा हजार रुपयांत आऊट सोर्सिंगमधे
आणि गाताहेत पोवाडे...
शिकून माती झालेल्या आयुष्याचे

-

मोर्चात घोषणा द्यायला
झेंडे धरायला
बॅनर लावायला भिंती रंगवायला
आणि जमलंच तर पोलीसांकडून बूड शेकून घ्यायच्या
कामावर जाताहेत रोज हंगामी कामगार...
विज्या... तुक्या ... बंड्या... नाम्या.. परशा

-

आणि तिकडे...
दूर कुठेतरी... कोणीतरी... कुठल्यातरी... किल्ल्यावरून
सांगतोय जगाला ओरडून
देश विश्वगुरू झाल्याचं
त्याला माहितच नाही माझ्या मोहल्ल्यात
सार्वजनिक नळावर पाण्यासाठी भांडण सुरू झाल्याचं

๏

६)

त्याच्या घरी गेलो होतो काल
दिवस कसे भुर्रकन उडून जातात म्हणत
सहज नजर टाकली
भिंतीवरील कॅलेंडरवर तर
ऑगस्ट फडकत होता
मी म्हटलं,
ऑक्टोंबर सुरू हाये अन् तुह्यं कॅलेंडर
काहून ऑगस्टमंदीच लटकून बे
तो हसला... फेब्रुवारी सारखा
मी उठलो

कॅलेंडरचा महिना बदलण्यासाठी

पुढे केला हात

तसा तो किंचाळलाच... एकदम

राहू दे रे नको हात लावू त्याले

तू कॅलेंडरले हात लावशीन तं

खिळा पडीन भौ...

अन् खिळा पडला की भिंत कोसळून जाईन राज्या

खिळ्याच्या आधारावर

फक्त कॅलेंडरच नाही तं भिंत सुद्धा उभी हाये भौ

राहू दे तो ऑगस्ट तसाच

तसाही मले ऑगस्ट लैच आवडतो

पंधरा तारीख असते ना त्यात

अन् कॅलेंडरचे पानं बदलून तरी

कुठं बदलतात आमचे दिवस

आमचं तेच रोजचं

राघू उडला... दिवस बुडला

रोज आनाचं अन् रोज खाचं

नाही भेटलं तं उपाशी ऱ्हाचं

तो बोलत होता

मुंबईला कोसळणाऱ्या पावसासारखा

अन् मी मराठवाड्याच्या कानानं ऐकत होतो

मी म्हटलं त्याला

मग हे दिवस बदलन्यासाठी

तू काही करत काहून नाही बे

चांगला शिकला तं हायेस तू

-

तो बोलला...

"करतो ना भौ

मतदान करतो ना....

आणि... झेंडावंदन सुद्धा"

॰๏๏॰

७)

काल बाजारात गेलो होतो
नदीसाठी ओढणी घेतली
राणी कलरची
हिरव्या शेतीसाठी निळ्या रंगाची छत्री
हवेसाठी छान छुनछुन पैंजण घेतले
पल्याडच्या काळ्या डोंगरासाठी
हिरवा पाचू असलेला मुकूट
गावातल्या मुख्य सडकेसाठी
टायरचे सोल असलेल्या नव्या चपला
आणि जुन्या विहिरीसाठी घेतलय एक इन्हेलर
तिची तक्रार होती...
हल्ली श्वास गुदमरतोय म्हणून
-

थोरल्या लिंबावर
दिवसभर धुडगूस घालणाऱ्या
माकडांसाठी... संविधानाची प्रत घ्यायचा होता विचार
परंतु केला रद्द...
-

गावातल्या काही मुलींनी
मोरपंखी बांगड्यांसाठी आग्रह धरला होता
बांगड्यांसोबत बंदूकही घेतली त्यांच्यासाठी
आणि तिच्यासाठी
त्याचा नवा कविता संग्रह घेतला
(माझ्या कवितेत आता मर्म नाही राहिला
असं सांगत होती ती...)
-

परतीच्या मार्गाला लागलो तेव्हा...

आभाळ भरून आलं होतं...

℘

८)

माझ्या शेवटच्या दिवसातील कविता
मला नाही माहिती की
मी लिहू शकणार की नाही
माझ्या शेवटच्या दिवसात कविताबिविता
म्हणून मी आज आताच लिहून टाकतो
माझ्या शेवटच्या दिवसांतील कविता
-

मला नाही सांगता येणार की
माझ्या शेवटच्या दिवसात
किती असेल माझ्या लेखणीचं वय
कदाचित पन्नास पंचावन्न
पावसाळ्यांची शाई गेली असेल झरून
-

माझ्या शेवटच्या दिवसात
मी दिलीच कुणाला हाक
तर घरात मला ओ देणारं कुणी असणार की नाही
ह्याची चिंता नाहीच मला
मी मरणाला आणि एकटेपणाला नाहीच भ्यालो कधी
तर माझ्या मरणाला भिणाऱ्यांची काळजीच पोचवेल
मला माझ्या शेवटच्या दिवसांपर्यंत
-

माझ्या शेवटच्या दिवसातही
मी घेत राहिन चाहूल अवतीभवतीच्या
ओळखीच्या पावलांची
बागेतील फूल गळाल्याचा ऐकत राहिन आवाज
मी खिडकीतून पाहत राहिन
सायंकाळचे आकाशरंग

न आलेल्या तुझ्या हाकेला देत राहिन ओ
-

माझ्या शेवटच्या दिवसात मी
नाही पाहणार भिंतीवरील घड्याळ
कॅलेंडरचे पानंही नाही बदलविणार
कदाचित माझा मोबाईलही मी बंदच ठेवणार
फक्त खोलीची खिडकी तेवढी उघडी ठेवणार
शब्दांच्या रहदारीसाठी
-

मी असतोच चित्रकार तर
मी काढून ठेवलं असतं
माझ्या शेवटच्या दिवसातील चित्र की,
मी बसलो आहे निमअंधाऱ्या खोलीत आरामखुर्चीत
आणि माझ्या शेजारीच बसली आहे
माझी कविता
जी ऐकवत आहे मला माझी कविता
-

माझ्या शेवटच्या दिवसात
वात विझलेल्या कंदीलासारखे झालेले असतील माझे डोळे
कुणाच्या आधाराशिवाय मला येणार नाही उठता-बसताही
बोलायला गेलं तर शब्दच नाहीत
सगळी हवाच हवा
त्या हवेतच गुदमरून जाईल माझी
शेवटची कविता
-

माझे शेवटचे दिवस
केव्हापासून सुरू होणार आहेत की
झालेही असतील कुणास ठाऊक
कदाचित असेही होऊ शकेल
की माझे शेवटचे दिवस सुरू होण्याआधीच
झाला असेल माझा ... नवा जन्म

3
अन्य काही कविता

१)

हातात घेतला हात
विसरोनी जात
चाललो अखंड मी दिनरात...
-
मावळा जणू सरदार
होऊनी स्वार
निघाला सोडूनिया घरदार...
-
तुझ्यात अडकला श्वास
सारखे भास
तुझे आहेच तशी तू खास...
-
नियतीने घातला घाट
धाडली लाट
निसरडी केली अवघी वाट...
-
मारली कशी तू गाठ
सुटेना पाठ
यत्न केले सतराशे साठ...

-

लागला म्हणोनी नाद
झालो बरबाद
कशाला उगा करू फरीयाद...

-

संतप्त जाहले ऊन
मला अजून
सोसने क्रूर मे अन् जून...

-

सखे होऊन ये तू सर
बरस देहभर
जाऊ दे ओसंडून घागर...

๑๏

२)

त्रास नाही होत
फक्त दुखत राहते
एक आठवण खुपत राहते...

-

बोलत नाही
फक्त ऐकतो
तुझ्या पायाशी माथा टेकतो...

-

प्रेम करतो
सांगत नाही
हाका येतात थांबत नाही...

-

जाईन तेव्हा
तू रडशिल
हुंदक्यातून बडबडशिल...

-

कधीतरी येना
ये भेटायला ये
राख होण्यासाठी तरी पेटायला ये...

३)

आठवणींचे उनाड पक्षी
ह्या फांदीवर त्या फांदीवर
कोरत बसले जुनाट नक्षी
ह्या फांदीवर त्या फांदीवर
काही भिजले काही निजले
पेटून पेटून काही विझले
काही उडले काही बुडले
काही काही केवळ खुडले
काही गेले थव्या थव्याने
काही आले पुन्हा नव्याने
गेले त्यांना जाऊ दिले
आले त्यांना गाऊ दिले
गाऊ दिली ज्यांना त्यांना
ज्यांची त्यांची गुपीत गाणी
आठवणींच्या ह्या पक्षांना
बारामहिने दाणापाणी

४)

पाऊस कधीचा पडतो
मी भिजते आहे कधीची
एक आग उरातून पेटून विझते आहे कधीची
-

खिडकीत राहते उभी
ओंजळीत पाऊस धरते
जिंकते पावसासोबत
पण स्वतःशीच मी हरते
डोळ्यात सावली ओली हलते आहे कधीची
एक आग उरातून पेटून विझते आहे कधीची
-

रस्त्यावर मन भटकते
माझ्यातच मी हरवते
तो पाऊस होऊन येतो
मी त्याला चिंब बिलगते
तो निघून जातो तरीही थिजते आहे कधीची
एक आग उरातून पेटून विझते आहे कधीची
-

फांदीवर ओला पक्षी
पंखावर लेऊन नक्षी
मी तुलाच स्मरते सखया
त्यालाच ठेवून साक्षी
ओठांवर येऊन इच्छा थरथरते आहे कधीची
एक आग उरातून पेटून विझते आहे कधीची
-

कुणी छत्रीमधुनी दिसता
वाटे की तुच असावा
कुणी रेनकोट पांघरला
वाटे की नाही नसावा
ही नजर व्याकुळ भिरभिर भिरभिरते आहे कधीची

एक आग उरातून पेटून विझते आहे कधीची

৩

• 31 •

५)

पोचल्यावर घरी खूप आल्या सरी
पावसा छान केलीस तू मस्करी
-

मी कुठे चाललो मी कुठे थांबलो
बोलला तू जसा मी तसा वागलो
आळ आला पुन्हा आज माझ्यावरी
पावसा छान केलीस तू मस्करी
-

हात धरला तुझा पाय तू ओढला
नाव घेउन तुझे श्वास मी सोडला
जाहल्या डोळियांच्या रित्या घागरी
पावसा छान केलीस तू मस्करी
-

खेळतो का असा खेळ तू राजसा
देह होतोय हा आरसा-आरसा
जोडतो बंध अनुबंध वरचेवरी
पावसा छान केलीस तू मस्करी
-

सर्व मर्जी तुझी काय माझे असे
होत आहे जगी आज माझे हसे
जीव करतो तरी का तुझी चाकरी
पावसा छान केलीस तू मस्करी...
-
पोचल्यावर घरी खूप आल्या सरी
पावसा छान केलीस तू मस्करी...

॥

६)

फक्त एका भेटीसाठी, फक्त एका भेटीसाठी
किती किती बांधाव्यात आपण मुक्या शब्दगाठी
-

दिस येतो दिस जातो
डोळा आसवांनी न्हातो
मौनाचा निळा पक्षी
गीत विरहाचे गातो
काळजात भावनांची द्वाड होते दाटीवाटी
फक्त एका भेटीसाठी, फक्त एका भेटीसाठी
-

किती मोजावेत श्वास
क्षण सांभाळू उदास
आणि हसरी ठेवावी
कळ्या फुलण्याची आस
ऋतू चालले निघून बघ एका पाठोपाठी
फक्त एका भेटीसाठी, फक्त एका भेटीसाठी
-

दूर खुणावते खूण
सांज सावळी हसून
एक उद्ध्वस्त संन्याशी
काठावरती बसून
त्याच्या भाळावर एक मला दिसतेय आठी
फक्त एका भेटीसाठी, फक्त एका भेटीसाठी
-

भेट अशी आता व्हावी
सारी तहान पेटावी

एका रेशीम क्षणात
उभी हयात गुंतावी
अशी मिठी बांधावी की, सान्या सुटाव्यात गाठी
फक्त एका भेटीसाठी..., फक्त एका भेटीसाठी.

૭)

ऋतू फुलारी येईल तेव्हा
फूल कळीचे होईल तेव्हा
तेव्हा आपण भेटू सखये
विझू पुन्हा अन् पेटू सखये
-

बहुतेक सांजवेळ असेल
क्षितिजावर खेळत केशर हसेल
सावलीला खेटून खट्याळ
ऊन सुद्धा येऊन बसेल
सावलीस ऊन मिळेल तेव्हा
पापणी पाणी गिळेल तेव्हा
तेव्हा आपण भेटू सखये
विझू पुन्हा अन् पेटू सखये
-

थकल्या असतील सर्व वाटा
किनान्या वाचून मरतील लाटा
काळजातून टोचत राहिल
आठवणींचा हसरा काटा
जगणे असह्य होईल तेव्हा
मरणे सुसह्य होईल तेव्हा
तेव्हा आपण भेटू सखये
विझू पुन्हा अन् पेटू सखये

-

संथगतीने वारा वाहील
दूर एकटा पक्षी गायील
त्या सांजेचा क्षण अन् क्षण
अपुल्यासाठीच उदास राहिल
उदास असतील सारे तेव्हा
आंधळे चमकतील तारे तेव्हा
तेव्हा आपण भेटू सखये
विझू पुन्हा अन् पेटू सखये

-

तोवर धीर धरुया आपण
काम एवढे करुया आपण
पाऊस होऊ डोळा होऊ
जमेल तैसे झरुया आपण
आपण आपल्यात नसू तेव्हा
फक्त हवेलाच दिसू तेव्हा
तेव्हा आपण भेटू सखये
विझू पुन्हा अन् पेटू सखये

-

अफवांचेही फुटेल पेव
एक यकीन कायम ठेव
ट्रकमागे वाचलं होतं
सगळं बरोबर करतो देव
देवास बूद्धी येईल तेव्हा
तो सोबत नेईल तेव्हा
तेव्हा आपण भेटू सखये
विझू पुन्हा अन् पेटू सखये

෴

4
अभंग

१)

नसे मज आता
जगाची गरज
माझा मी सहज
मरो जाई...

-

लखलाभ तुम्हा
तुमच्या ह्या इच्छा
तयांचा मी पिच्छा
सोडवेन...

-

आले जरी आता
सात्वंनाचे शेले
माझे मी झमेले
निपटेन...

-

काळजात उठो
कोवळीशी कळ
सारी हळहळ

थांबवाया...
-
गवसला मला
जगण्याचा मंत्र
देहाचे हे यंत्र
नाशवंत...

६७

२)

कधी अचानक
काळोखाच्या घरी
उजेडाच्या सरी
कोसळाव्या...
-
उन्हाचेही रूप
निघावे न्हाऊन
सावली पाहून
सभोवती...
-
एका झुळुकेचा
व्हावा झंझावात
आणि अपघात
वारियाचा...
-
नदीलाही कधी
लागावी तहान
राहावा गहाण
कुबेरही...
-
काट्याच्याही पायी
रुतो कधी काटा

आणि फुटो फाटा
फाट्यालाही...
-
दुःखाच्याही ओठी
आनंदाची गाणी
सौख्या डोळा पाणी
पाझरावे...

 ୭

३)

किती काळजीने
केलास तू वार
थांबेचिना धार
आसवांची...
-
तुझ्या डोळ्यामध्ये
शोधता मी जग
गवसली धग
विरहाची ...
-
तुझ्या चोचीमध्ये
ठेवता मी चोच
लागली की खोच
काळजाला...
-
खरे तर तुझे
मानावे आभार
वाढविला भार
सरणाचा...
-
आता पुढे कसे

सारे शून्य शून्य
हेच तर पुण्य
कमविले...

❧

४)

माझ्या मताशी मी
नाही सहमत
घसरली प्रत
वेदनेची...
-
मौनाचे मी जेव्हा
उगारतो शस्त्र
आवाज अजस्त्र
चिडीचूप...
-
तुझी आणि माझी
एक आहे रास
दोघांनाही त्रास
अक्षरांचा...
-
भलतेच काही
आणू नको ध्यानी
पावसाची गाणी
कोरडीच...
-
डोळियांचा प्याला
विसळोनी घ्यावा
हळूहळू प्यावा
एकट्याने...

❧

५)

मारली तू मिठी
बेसावध क्षणी
माझी वेणीफणी
नव्हती रे...
-

उडाला गोंधळ
मग असा काही
कसे म्हणू नाही
सुचेनाच...
-

खुला दरवाजा
खिडकीही खुली
सखी सदाफुली
लाजलेली...
-

बटा आवरू की
सावरू पदर
तुझीही नजर
दिशाहीन...
-

झाले उतावीळ
सारेच प्रहर
सावळे जहर
पसरले...
-

कळो आले मला
तुझे सारे डाव

मीही माझी नाव
बुडविली...

⌘

६)

पायामधे खोल
रुतलाय काटा
आणि पुढे वाटा
प्राजक्ताच्या...
-
डोळ्यात थांबले
अलवार पाणी
ओठांतील गाणी
ओठांतच...
-
तिच्या अधराचा
सावळासा तीळ
देतो माझ्या पीळ
काळजाला...
-
जेव्हा सांत्वनांची
घालते फुंकर
हलते झुंबर
वेदनांचे...
-
माझ्या ओठी सदा
राहो तुझे गीत
गीतासाठी प्रीत
जीवना रे!

⌘

७)

उजेडात डोळे
ठेवतो काढून
घेतोया वाढून
अंधार हा...
-

तिने जेव्हा केस
सोडले मोकळे
केलेना सोहळे
अंधाराने...
-

काय सांगू आहे
उजेडाची गत
त्याला सुद्धा लत
अंधाराची...
-

अंधार एवढा
नव्हता चतुर
उजेड फितूर
अंधाराला...
-

उजेडात माझा
ठेचाळता पाय
शोधतो उपाय
अंधारात...
-

उजेडात नको
येवू कधी राणी
गावयाला गाणी
अंधाराची...
-

उजेड दुसरे
आहे तरी काय
दाटलेली साय
अंधाराची...

◌ ❧ ◌

८)

सखे तुझे आहे
पावसाचे ओठ
देणा घोट घोट
प्राशावया..
-

एक मिठी सुद्धा
दे हिरवीकंच
खुले रंगमंच
आयुष्याचे...
-

मिळोनिया दोघे
पाऊस हा झेलू
गुलूगुलू बोलू
डोळियांनी...
-

सारेच प्रवाह
तुझ्या घराकडे
नद्या नाले ओढे
निघालेले...
-
सांग जगा मागे
मीही कसा राहू

देणा मला वाहू
तुझ्याकडे...
-

विस्मयकारक
आणि एक स्पर्श
ज्याने सारे वर्ष
हर्षतील...
-

तुझा देह आहे
की आहे वीज
आयुष्याची नीज
हरवली...
-

बदल्यात तुला
देईल मी ढग
करावया जग
ओलेचिंब...
-

आणिक देईन
माझे ओले श्वास
जरी हे आभास
अनोळखी...

5

झोलाझेंडी

१)

आता कोन्ताच फटू भितीवर टांगता येत नाही
कधी कोन्ता बाबा फसन काही सांगता येत नाही

-

एक होता नित्यानंद निर्रा आनंदातच राहे
भक्तिनिच्या मिठीतच त्याचं प्रेम वाहे

-

एक होता रामपाल जसा माफिया कम बाबा
त्याच्या आश्रमावर मिल्ट्रीलेच करा लागला ताबा

-

एक होता राम रहिम... बाबा कम एक्टर
खाओ पिओ ऐश करो त्याचा मेन फ्यक्टर

-

एक होता आसाराम समद्‌या बाबाहीचा बाप
माह्याजोळ नै शब्द त्याचे लिवासाठी पाप

-

काल परवा अजून एक लागला म्हने हाती
काय बुवा नाव त्याच हो शनी महाराज दाती

-

सारे संधीसाधू बाबा हायेत भोगवादी

वजे वजे वाढत जाईन पाहा ह्याइची यादी

-

बह्याळबेलने भक्त सारे बाबाइच्या मागे
सान्या बाबाबुवाइचे पक्के पॉलीटीकल धागे

-

सारे बाबा लोकाहीच्या भावनांशी खेळतात
मानसाच्या जातीत जल्मल्याचं अस ऋन फेळतात

-

योगायोगाने एक बाबा व्यापारी झाला पक्का
भारतीय बाजारपेठेत त्याचा किती मोठ्ठा टक्का

-

हवा पाणी पेट्रोलच्या तो सांगत असते गोष्टी
अंधभक्त जनता बिचारी कायम दुःखी कष्टी

-

टीवीवर हाये प्रत्येक बाबाच सेपरेट च्यनल
राजकारणातूनच ऑपरेट होतात ह्याईचे सारे प्यनल

-

आपुन शायनेसुरते मान्स ह्याईच्या नांदी नै लागू
रात वैन्याची आपुन डोयात तेल घालून जागू

☙

२)

आज भौ......... घरोघरी पेटतीन दिवे
ल्हान-मोठ्या लेकराइले कपडे नवे नवे

-

झेंडुच्या तोरनांन सजतीनदारं
रांगोयीसंग आंगनात खेळत राहिन वारं

-

मायबापाची मोठी लगबग राहीन
बयाबुढी सारी गंमत खाटल्याहुनच पाहीन

-

लाडूचकल्या अनारशाची राहिन घमघम
मिठ्ठूछाप फटाक्याचा निंघून जाईन दम

-

दिवसभर आनंदाले राहीन नाही तोटा
कोन्ताच मानूस वागीन नाही खोटा

-

शुभेच्छा देन्या-घेन्यातच आपुन राहू व्यस्त
दूर कुठं तरी कोनी बसला अशीन त्रस्त

-

त्याच्यासाठी जरा आपुन संवेदना जागवू
अन् मानसाले आता मानसासारखंच वागवू

-

दाही दिशा जरी उजेडानं चमकून जाईन
तरी कायजाचा एक कोपरा अंधाराच राहीन

೮

३)

सारच गेलं इचकून बयकून गेला ताल
आज तसा राह्यला नाही जसा होता काल...

-

जिथं आपुन भेटत होतो ते नदी आटली
भोवतालची वनराई कारखान्यानं छाटली

-

मोर मिठ्ठू चिमन्या दुर्मीळ झाले सारे
झोंबत नाही आंगाले ते आठोनीतले वारे

-

कारखान्याचे धुराळे ओकून राह्यले धूर
निसर्गापासून मानूस आता लै गेला दूर

-

कंगाल झाली धरती अन् मानूस मालामाल
आज तसा राह्यला नाही जसा होता काल...

-

गाव गेलं गावासंग गावरान बी गेलं
ओरीजनल बियानं कुपोषनानं मेलं

-

शांतारामच्या चहाले राह्यली नाही चव
कचोरीसंग आलुबोंड्याचं जमलच नाही लव

-

पाच रुपयात जिथं भरत होता झोरा
दहा रुपयात तिथं भेटत नाही सुई दोरा

-

भरत होता बजार तीथं उभा झाला मॉल
आज तसा राह्यला नाही जसा होता काल...

-

येकावर येक आता भेटून राह्यलं फ्री
दोन अधिक दोन गड्या हुन राह्यले श्री

-

भाकर आता क्वान्टीनेंटल फूडमंदी गेली
आंगनातली रांगोयी बी मूडमंदी गेली

-

तिचा अशिन मूड तवाच ते म्हन्ते हॅलो
मंग मी बी म्हन्तो जाऊ दे 'येकलाच चलो'

-

पह्यले दिवसभर ते मले दे मिसकॉल
आज तसा राह्यला नाही जसा होता काल...

-

पिपयाचा पार आता झाला हाये सुना
गंगाराम आता पांडूले देत नाही चुना

-

शांताबुढी गवऱ्या आता थापून नाही राह्यली
बायजाबाई उवा आता पाहून नाही राह्यली

-

येटारातल्या पोरी आता फुगडी नाही खेळत
डाबडुबलीसाठी पोट्टे झाडावर नाही चढत

ह्याची त्याची प्रत्येकाची बदलून गेली चाल
आज तसा राह्यला नाही जसा होता काल...

पत्र घिउन पोस्टमन येत नाही दारी
झाली गेली खबरबात व्हाटस्अपवर सारी

टिवीमंदी दिसून राह्यले च्यानल दोनशेसाठ
मानूस अन् मनोरंजन तुटून गेली गाठ

ढोल गेले ताशे गेले डीजे राह्यला वाजून
बायकापोरं गाव सारं सैराट झालं नाचून

तुह्यं भजन कीर्तन सप्ता चुलीमंदी घाल
आज तसा राह्यला नाही जसा होता काल...

गावातले सारे ढोरं मोकाट हुन गेले
पाच सहा त् गफ्फारन चोरून बी नेले

रामराम नमस्कार इसरुन गेले सारे
गायब झाले जमिनीतलं पानी पाह्यनारे

गाव माह्यं जवापासून झालं आहे शहर
हवेमंदी जानवून राह्यलं अनोळखी जहर

श्वास घेता घेता माहे हुन राह्यले हाल
आज तसा राह्यला नाही जसा होता काल...

४)

अर्धा येक घंटा माही गाडी हुइन लेट
तरीबी तू मले यष्टी स्टँडवरच भेट

-

तिथून आपुन दोघं हटेलीत जाऊ
येक प्लेट गिल्ली मिसळ दोघं मिळुन खाऊ

-

मंग येखांद्या थेटरात शिनिमाबि पाहू
दिवसभर आपुन दोघं संगमंगच राहू

-

संध्याकायी बगीच्यात झुळपात बसू
तुले सांगतो तवा आपुन दुनियेतच नसू

-

मी तुले अभायात घिवुन जाईन राती
डझनभर चांदन्याबी देईन तुह्या हाती

-

तुह्या मायबापाची तू फिकीर नोको करू
गरीबीच्या फुफाट्यात अशी नोको मरू

-

अशी त्या भामट्यानं तिले देली फूस
ते होती बह्याड नाही केली विचारपूस

-

दोन दिवस त्याच्यासंग राह्यली मोठी खूस
पन त्यान तिच्या स्वप्नांची केली नासधूस

-

मंग तिसऱ्याच रोजी हे बातमी पेपरात आली
की, येक चिमनी अकालीच आंगन सोडून गेली

५)

रगत आटवुन लेका तू शाई करू नोको
जीव जाईन येवढीबि घाई करू नोको...
-

भारत आपला देश आहे आपण सारे भाऊ
असं काहीबाही तू लिवत नको जाऊ
-

माह्य आईक जरा तू शायन्न्यासारखा वाग
त्याचा कर सन्मान तो जरी हाये नाग
फिटशिन लेका जास्त धिटाई करू नको
जीव जाईन येवढीबि घाई करू नको
-

धीर धर लेका तू अखिन काही वर्ष
तुह्याबि नाकाले हुईनच ओल्या मोकया हवेचा स्पर्श
-

नवकरीबि लागीन तुले तुह्यबि हुईन लगन
अच्छे दिनच्या दुनियेत तुबि होशिन मगन
-

इतल्यातच अटीतटीची तू लढाई करू नको
जीव जाईन येवढीबि घाई करू नोको...
-

तुह्यासुदिक गावात यीन कायीभोर सडक
टायमावर येत जाईन यष्टी लालभडक
-

विज पानी शाळा अन् दवाखाना भेटन
विकास चारीबाजून तुह्या आंगाले खेटन
-

फक्त अंबानीची कमी तू कमाई करू नको
अन जीव जाईन येवढीबि घाई करू नको...
-

आपल्या जाती धरमाले तू घट्ट चिकटून राह्य
देश कसा मातीत चालला मुकाट्यानं पाह्य

-

बंद कर कान डोये शिऊन टाक तोंड
तुह्यातल्या मानसाले यीन नाही त् भोंड

-

आता तरी फुलाले तू मनाई करू नको
जीव जाईन येवढीबि घाई करू नोको...

-

त्याले कपडे बदलू दे नाचवू देनं मोर
तू तुह्या जीवाले काहून लावतं घोर

-

तुले नाही पटत त् तू मुकाट्यानं राह्य
अन तो कसा बिळात लपते त्याची गंमत पाह्य

-

तू घरातच राह्य ऊं किंवा ई करू नको
अन् जीव जाईन येवढीबि घाई करू नको

૭

६)

गन्यानं आपली सारी...... अक्कल ठेवली गहान
उतारवयात लगन करून बायको आनली जवान

-

वाजत गाजत जवा ह्यानं...... घरी आनली वरात
जसा काही लेकानं......... इस्तूच आनला घरात

-

आता तीले पाह्यजे करंट..... ह्याचा गेल्ता फ्यूज
अन् सार्‍या गावात निर्रा...... हेच ब्रेकींग न्यूज

-

आता हा झाला फ्रीज....... अन् ते झाली हीटर
ह्याच्यावालं आदुगरच............. बंद होतं मीटर

-

जवा जवा हा तीले घीवून......... बजारांत जाये

त् सारा बजार येकटक......... हिच्याचकडे पाहे

-

मंग येक रोजी......... जे व्हाचं तेच नेमकं झालं
दुसऱ्या रोजी पेप्रात............. ह्याचं नाव आलं

-

काहून का येका जवान पोराचा ते हात गेली धरून
गन्या मंग बसला......... चिमनीयेवळ तोंड करून

-

म्हनून टायमावर जर जमलं त् रिझल्ट चांगला येते
नाही त् आपला पेपर कोनी दुसराच घिवून जाते

-

हे गोष्ट गन्याच्या............. आता आली ध्यानात
म्हनून त्यानं तलवार आपली ठेवुन देली म्यानात

৶

७)

जवा मले आला.................. थंडी वाजून ताप
तवाच आला बायकोले न्याले............. तिचा बाप

-

म्हने.... जवायीबाप्पू हीच्या मायची तब्येत नाही बरी
पोट्ट गेलं हनीमुनले............ फक्त आमीच दोघं घरी

-

म्हणून हप्ताभऱ्यासाठी जरा मदतीले हिले घरी नेतो
तिकडून पाहिजे त् तुमच्यासाठी सफारी धाडून देतो

-

सफारीच आयकून माह्य मन........ बेज्या झालं खुस
पन समजलो मी की सासरेबुवा लावून राह्यले फूस

-

म्या म्हन्ल... सासरेबुवा तुम्ही कमालच करून राह्यले
मी बिमार अन् माह्य औषध तुम्ही घरी घिऊन चालले

-

बायको बिमार झाली की लोकं बलावतात ना साली
इथंत चिबिन उल्टीच कंडीशन.... झाली हाये माली

-

मीच बिमार अन्........... कोनालेच माही नाही कदर
त्यात संपादकानं बंद केलं....... माह्या कवितेचं सदर

-

असं करतो आता मी बी........... तुमच्यासंगच येतो
हाता लागल्या सफारीबी......... तिकडेच शिवून घेतो

-

ह्या जुन्या नोटा येवढ्या बँकेतून बदलून आनून द्या
अन् खात्यावर माह्या...... लाखभर रुपये टाकून द्या

-

हा मोबाईल होते हँग येवढा...... बदलून देजा फक्त
वाटलं त् सासुबाईले मी दान करीन............ रक्त

-

तसाही त्याहीचा न माह्या...... येकच हाये ब्लड गृप
माह्य आयकून सासरेबुवा........... झाले चिडीचूप

-

सासरेबुवाले येकदम............ दरदरून फुटला घाम
येतो म्हने मी जवाईबाप्पू............ निंगतो राम राम

॰৶

८)

सखे तुहा असं कै करा नोतं लागत
हातामंदी हात माह्या धरा नोतं लागत

-

पाह्य बरं माहे किती हाल हायेत सुरु
तुले भेट्यासाठी कस मन लागे झुरु
अंधारात माह्या मी खुश होतो मस्त
तुह्या सारं सुखचैन केलं माह्य फस्त
दिवा पेटवून उजीळ तुह्या करा नोता लागत

हातामंदी हात माह्या धरा नोता लागत...
-

तुह्याच्यानं जवान माहे झाले होते श्वास
तुह्याच्यानं मनात नवी जागली होती आस
तुटली होती डांग तरी फुटले होते कोंब
आता तुह्या नावं मले मारा लागते बोंब
वारं उधान माह्या आंगात असं भरा नोतं लागत
हाता मंदी हात माह्या धरा नोता लागत...
-

असबि नोतं की मले अक्कल नोती काही
सलाम करत होत्या मले झुकून दिशा दाही
पन आता मले गावात कायं कुत्र नाही पुसत
मी हात टाकतो बिळात तरी साप नाही डसत
माही किंमत इतकी कमी करा नोती लागत
हाता मंदी हात माह्या धरा नोता लागत...
-

जाऊदे झालं गेलं मी इसरून जातो आता
समजून आल्या मले साऱ्या वाऱ्यावरच्या बाता
मनाले मी कसंतरी पटवुन सारं सांगीन
अन् तुह्यासाठी देवाजोळ उज्ज्वल भविष्य मांगीन
माह्य काय मी आज हावो उद्या नाही राहीन
तरी तुह्य सुख मी हवा होऊन पाहिन
पन तरीबि सखे, तुह्या असं कै करा नोतं लागत
हाता मंदी हात माह्या धरा नोता लागत...

6

क्षणिका

१)

परप्रांतीयांचे लोंढे सरकताहेत
माझ्या मेंदुच्या दिशेने...
मलाही माझ्या शहराला मेंदुतून...
स्थलांतरित करायला हवं
(काही तरी नवीन लिहायला हवं)
***

त्याला अटक होत नाही
मला जामीन मिळत नाही
हल्ली मी फक्त चावतो
कुठलीच बातमी गिळत नाही
***

मी खिडकीतून पाहतोय
लख्ख मे पसरलाय
अन् नोव्हेंबरच्या पायथ्याशी चक्क जून घसरलाय
***

लोकांना बसू देत दिवे लावत
मिथकांच्या गुंगीत होऊ दे दंग
चल आपण क्षितिजावर भटकत राहू

उधळत राहू केशर ओले रंग

◌

२)

बेटी पढाव... बेटी बचाव
त्यांनी नारा दिला... आम्ही भलतंच समजलो
***

भीती वाटते
आपण कोडगे तर होत नाही ना
***

कधी कधी इतके तल्लीन होता तुम्ही
की तुम्हाला भानच राहत नाही
भक्तीत... विलीन झाल्याचं
***

मनातल्या मनात लिहिलेले...
कितीतरी कविता संग्रह वाट पाहताहेत
तुझ्या आय.एस.बि.एन नंबरची
***

मी कवी आहे
म्हणजे तुझी कविता मला समजेलच
असं नसतं... मित्रा
***

शब्दांच्या जीर्ण जिन्यावरून चढताना
अर्थ पाय घसरून धाडकन पडला
अन्... कविता जखमी झाली
***

त्यांनी विचारलं मला
कवितेने तुम्हाला काय दिलं
मी उत्तरलो... त्रास

◌

३)

एक गोष्ट आहे
जी पुढे सरकत नाही... हरकत नाही
***

लहानपणी आजी सांगायची गोष्ट
पार्वतीने अंगावरील मळापासून
तयार केलेल्या गणपतीची
खूप त्रास गेला नंतर... हा मळ काढायला
***

मी तिला म्हटलं
तुला एक गोष्ट सांगायची आहे
तर ती म्हन्ली... आधी माझी गोष्ट ऐक
अजूनही तिची गोष्ट सरत नाही...
आयुष्य काही पुरत नाही
***

हल्लीची मुलं हट्ट नाही करत
गोष्ट सांग म्हणून
स्वतःच सांगतात डोरेमॉनची गोष्ट
***

एखादी गोष्ट अचानक आठवते
मनाला माघारी... पाठवते
***

गोष्टी गोष्टीत वेळ कसा भूर्रकन निघून जातो
ती जागी राहते... मी निजून जातो
***

एका गोष्टीत
असंख्य गोष्टी असतात दडलेल्या
काही पूर्ण व्हायला उत्सुक... काही चिडलेल्या
***

"दिल के टुटनें का सबब पुछों न सबके सामने
नाम आयेगा तुम्हारा ये कहानी फिर कभी"

ही सुद्धा एक गोष्टच... माझी तुमची
***

'बात निकलेगी तो...बहोत दूssर तलक जायेगी'
शेवटी 'बात' म्हणजेही 'गोष्टच' ना?
***

तर आता थांबायलाच पाहिजे
कारण गोष्ट काही सरणार नाही
शेवटी आपल्यापाशी... काहीच उरणार नाही

෴

४)

पॉझिटिव्ह होताच त्याच्यापासून दूर गेले
निगेटिव्ह होताच त्याला मारल्या मिठ्या... कडकडून
***

त्याने स्वतःला कोरोंटाईन काय केलं
सगळं जग एका क्षणात सुंदर झालं
***

भक्ष्य गिळलेल्या
सुस्त अजगरासारखा हळूहळू
सरकतोय वर्तमानकाळ
***

शहरातून बाहेर पडणाऱ्या
नदीसारखा गढूळ होऊन बाहेर पडतोय
रात्रीच्या गर्भातून... एकेक दिवस
***

आता ठरवलं की
कायम निगेटिव्हच राहायचं, आतून बाहेरुन
***

विषय बदलत गेला
आणि चर्चा वाढत गेली
मुख्य मुद्दे कंटाळून निघून गेले...

***

हत्या आणि आत्महत्या ह्यांच्या
तुंबळ हानामारीत
माध्यमांचाच झाला मृत्यू
***

तो शेवटचा केव्हा रडला... नाही माहिती
आता तो रोज... हसतो
***

त्याने तक्रार मागे घेतली
आणि हात पुढे केला... चाप ओढण्यासाठी

५)

पारदर्शक व्हायच्या चक्करमध्ये
कधी अंधूक झालो कळलंच नाही मला
***

पाण्यात उतरलो खोल खोल
तेव्हा कुठं दिसायला लागला आकाशाचा मूठभर तुकडा
***

वाऱ्याला मुठीत धरून चालत राहिलो पाण्यावर
उगाच फिदा झालो तुझ्या दर्दभऱ्या गाण्यावर
***

क्षितिजाच्या शोधात निघालेली पावलं
क्षितिज ओलांडून कधी गेलीत पुढे... कळलंच नाही
***

चाहूलही लागू न देता गुपचूप येऊन राहिलास,
निघून गेला काळजातून तेव्हा समजलं
ढगांच आणि डोळ्यांच नातं
***

हृदय हेलावून टाकणारं
आता काहीच वाचायचं नाही...

उगाच डोळा जातो भिजून
आपल्याला खूप खूप जगायचं आहे अजून
***

मनाच्या फांदीवर सायंकाळी
दोन पाखरं काय येऊन बसली
अख्खी रात्र आठवणीच्या झाडावर काढली
***

मी त्याला, त्याने मला शुभेच्छा दिल्या
झाला संपला उत्सव
***

कुठलाच देव कुठलीच देवी नवसाला नाही पावली
मला उचलून घ्यायला शेवटी कविताच धावली
***

माझी खंत राहिल अखेरपर्यंत की,
माझ्याच मृत्यूवर 'आनंद' नाही व्यक्त करता येईल मला

६)

मला कुणाशीच बोलायचं नाही
अगदी... माझ्याशी सुद्धा
***

अमृत प्यायलो तरीही मरू शकतो मी
माझा भरोसा करू नको
***

मी सुपारी दिली आहे ... मला माझीच
आणि कहर म्हणजे मीच सापडत नाहीये मला
***

आयुष्य फाटकं नव्हतंच कधी
मी उगाच सुईदोरा घेऊन मिरवत राहिलो
आधीच घट्ट शिवलेलं उसवत राहिलो...
***

पुढे जाता येत नाही
मागेही फिरता येत नाही... हा प्रवासच असा आहे
मी प्रवासात आहे... तऱ्यात
***

अस्ताला जाण्यापूर्वी एकदाच मला उगवायला हवं
कुणास ठाऊक माझं तेज घेऊन लख्ख उजळेल
एखादी लुकलुकती... चांदणी

॰॰॰

७)

अवयवांना आकार येऊ लागला
की... विचार नदीकाठी जमा होतात...
आत्महत्या करायला
***

सौंदर्य मुळातच सुंदर असतं
मात्र... सौंदर्याची सुंदरता
अनुभवण्यासाठी...
नजरेचे आकाश निरभ्र असनंही असतं आवश्यक
***

पिल्लं क्यूट असतात...
बाईची असोत वा कुत्रीची... परंतु
पिल्लं असतात तोवरच
***

खरेतर मला...अनंतात विलीन व्हायचे होते
परंतु मी तुझ्यात विलीन झालो
मै मजबूर था... माझ्या हातात काहीच नव्हतं
सॉरी...
***

उद्या जर आलीच बातमी की
दीर्घ आजाराने तुमचं निधन
तर समजून जाईन मी...

तुम्ही वाचत होता माझी... दीर्घ कविता...
***

तुझ्यावर प्रेम करतो म्हणजे
माझ्यावरच... प्रेम करतो मी
तू उगाच आपला करून घेतला... गैरसमज
की... मी तुझ्या प्रेमाबिमात आहो म्हणून
***

मग पटापट येत राहतात कविता... अशा की
जसे येतात श्वास
शेवटी कवी कंटाळतो... आणि
कवितेचा कागद फेकून देतो... चुरगाळून
***

कुठल्यातरी अपवित्र क्षणाला
झाला साक्षात्कार
की, जगू शकतो मी तुझ्याशिवायही
आणि मग काय...
मरत राहिलो क्षणाक्षणाला...
***

खूप दूर जायचं होतं वाहत
म्हणून घेतली प्रवाहात उडी
मात्र
पुढे काही अंतरावर प्रवाह आटला...
मी मात्र वाहतच राहिलो...
***

मनातल्या मनात लिहिलेले...
कितीतरी कविता संग्रह वाट पाहताहेत
तुझ्या आय.एस.बि.एन नंबरची

॰॰॰

८)

'पेरले की उगवते' ह्या विश्वासाला हळूहळू जातो आहे तडा
उद्या कदाचित मी मलाच घेईन पेरून
पुन्हा उगवून न येण्यासाठी
***

पंख व्हायचे की आभाळ ठरवताच नाही येत नाही अजून
बहुधा मी झाड होऊनच राहणार
हा अरण्यऋतू संपेपर्यंत
***

कालपर्यंत सोबत चालणारी सावली
केव्हा पुढे निघून गेली कळलेच नाही
मी बसलोय... मागून येणाऱ्या उन्हाची वाट पाहत
***

तहान लागली तेव्हा खोदायला घेतली विहीर
आता विहीर जीवंत झाली
आणि तहान मरून गेली
***

तुझी आठवण आली
तुला आठवत गेलो
आणि आठवणीतलं सगळं विसरत गेलो
***

खूप दूर निघून जावेसे वाटते
इतक्या दूर
की जिथे सगळेच असावेत हृदयाजवळ
***

बऱ्याचदा उपलब्ध असतो... सर्व सोयींनी युक्त
आणि सवलतीच्या दरातसुद्धा... तरीही नाही फिरकत कुणी
आणि कधी सुंदर वेष्टणांनी जखडलेला मी
सहज खपून जातो... साला गेला बाजार सारा
***

सावरायला हवं आता... असाही विचार आला होता मनात
मात्र काल आलो... एकाला स्मशानात निरोप देऊन
त्याच्या चितेसोबत तो विचारही जळून गेला
***

काय करू... जगू की मरू
हे की ते की, ते की हे
छे! काही तरी वेगळ करायला हवं
.... चल कविता लिहू

7

बालकविता...

१) मुंगीचा चहा

पिटुकली मुंगी
बाजारात गेली
भली मोठी पिशवी
सोबत नेली
-

बाजारात होती
गर्दी फार
मुंगीला झाला
पिशवीचा भार
-

मुंगीने विचारला
साखरेचा भाव
दुकानदार म्हणाला,
'दहा रुपये पाव'
-

मुंगीने पिशवी
फेकून दिली

एकच दाणा
घेऊन आली
-

मुंगीच्या घरचा
फिक्का चहा
महाग साखरेची
गंमत पहा

२) ढमीचे लग्न

आल्या आल्या आल्या
आज्जीबाई आल्या
पावसात भिजल्या नि
ओल्याचिंब झाल्या
-

मावशी ही आली
आल्या आत्याबाई
ढमीच्या लग्नाची
सा-यांनाच घाई
-

काकासाहेब आले
आल्या रमाकाकू
नमस्कार सा-यांना
केला वाकू-वाकू
-

मोठ्ठा दादा आला
दिदी आली छोटी
मुसु-मुसु रडायची
हसायची खोटी
-

धावा धावा धावा

सारे जन धावा
आजोबा पडले
झंडू-बाम लावा
-

ढमीच्या लग्नाला
सतराशे विघ्नं
तरी मोठ्ठ्या थाटात
झाले तिचे लग्नं...

३) जंगल गंमत

जंगलात एकदा गंमत झाली अशी
उंदिराने कापून नेली वाघोबाची मिशी
-

हरिणाने घातले
हत्तीचे बूट
धावतांनी पडलं
त्याला माकड म्हणे... ऊठ
जाळ्यातून कोळ्याची सुटका होइल कशी
जंगलात एकदा.......
-

सोसाट्याच्या वाऱ्यात
हत्ती गेला उडून
भल्ली मोठी सुसर
पाण्यात मेली बुडून
अस्वलीन केसापाई झाली वेडीपिशी
जंगलात एकदा......
-

तलावाच्या काठावर

आला एक मोर
भल्या मोठ्या पिसाऱ्याचा
झाला त्याला घोर
कासव गेले झोपी करून दगडाची उशी
जंगलात एकदा......
-

लबाड कोल्ह्याने
केले काथ्याकूट
एकजूट प्राण्यांत
पाडलीना फूट
सिंह आता निवडणूक जिंकणार कशी
जंगलात एकदा गंमत झाली....

४) घड्याळराव

घड्याळराव घड्याळराव
डोंगराच्या पल्याडराव
-

दिनकराचे आहे घर
हळूच तेथून येतो वर
-

वर येऊन पाहतो काय
दिवसालाच फुटले पाय
-

दिवस लागला धावायला
आकाश दिवा लावायला
-

दिनकर धावे पाठोपाठ
संध्येशी पडली त्याची गाठ
-

दिनकर थकून गेला घरी

निशा आली नभावरी
-
तुम्ही आपले भिंतीवर रहा
गोलगोल फिरत गंमत पहा
-
बाकी सगळे चाललेय ठीक
तुमचे चालू द्या टीक टीक टीक

☙

५) पाऊस

पाऊस आला
आला आला
पाऊस आला
चिऊचा खोपा
ओला झाला
-
चिऊच्या खोप्यात
पिले दोन
सांगते त्यांना
करून फोन
-
बाहेर कुणीही
पडू नका
भिजले तर मग
रडू नका
-
सुजतील डोळे
रडून-रडून
मुकाट रहा
घरात पडून
-

आईला मागा
छानसा खाऊ
पाऊस थांबला की
खेळायला जाऊ

8

वऱ्हाडी गझल

१)

त्याच्या मनासारखं त्याले करू नको दिऊ
तो म्हनीन मी मरतो, त्याले मरु नको दिऊ...
-

दे तू त्याले येखांदा नवा घाव दे आखिन
जखम काही जुनी त्याची भरू नको दिऊ...
-

घाल त्याच्या नाकातोंडात गंगेच पानी
बुडव साह्याच्याले आता तरू नको दिऊ...
-

लेकराले अभायाचच सपन दाखो लेका
पन हात त्याचे मातीन भरू नको दिऊ...
-

गुतव बह्याळाले निर्रा कर्मकांडामदींच
सूर्य कधीच हाती त्याले धरू नको दिऊ...
-

लै झाला नासोळा ह्या दायदान्याचा रे
हे ढोरं आता पिकातून चरू नको दिऊ...
-

अबे तिचा जलमच लव्यासाठी झाला

तिच्या डोयातलं पानी कधी सरू नको दिऊ...

❦

२)

जो जो भेटला तो तो पक्का बोगस होता
माह्या खिशावरच त्याचा फोकस होता...
-

नको करू तू तारीफ तुह्याच आवाजाची
तुह्यापेक्षा त् सुरात लेका कोरस होता...
-

ज्याले कधीच दुःख जगाचे दिसले नाही
त्या आंधयाचा अश्रू किती डोळस होता...
-

आता इथं यीवून मी पस्तावलो राज्या
हाच डोंगर दुरून किती लोभस होता...
-

तो सिंकदर झाला अन हे भुलून गेला
बाजुलेच त्याच्या उभा येक पोरस होता...

❦

३)

तुले बंदुका अन सुरा पाह्यजे
मले फक्त कुस्ती नुरा पाह्यजे...
-

तिचा हट्ट मी सांग पुरवू कसा
तिले चांदन्याचा चुरा पाह्यजे...
-

असेना भलेही पडिक शेत हे
तरी भांडनाले धुरा पाह्यजे...

-

नवी मागनी आज आली पुळे
म्हने कावळ्याले तुरा पाह्यजे...

-

नको ना तू कोटा इच्यारू मले
मले येक खंबा पुरा पाह्यजे...

-

मनाजोगता चालला त् बरा
कुनाले वखत हा बुरा पाह्यजे...

४)

तुह्य मंग सांगजो आंदी माह्य आयीक
निस्तच थोबाड पाहून करू नको लाईक...

-

प्रास्ताविकातच सरीन कार्येक्रम सारा
त्याच्या हाती चुकनबि दिऊ नको माईक...

-

आयुष्यभर बापानं पायडलच मारलं
अन् मले खुशी खुशी घिऊन देली बाईक...

-

जो आज मंगळदोष दावून राह्यला तुले
तोच उद्या मंगळावर हून जाईन स्थाईक...

-

जिन्दगीत येवळीच कमाई म्या केली
कोन्या हलकटाचा मी झालो नाही पाईक...

.

५)

मी तुले तक्रार घेऊन कोठं धाडू
जेथ जाशीन तेथंबि माह्याच साडू...
-

बोट शाईचे अजून ओलेच हाये
येवढ्यातच तू नको सरकार पाडू...
-

भूतकाळा खालल्या खस्ता गड्या तू
वर्तमानाच्या म्हनून हातात लाडू...
-

जोतिबाचा तो खडू ना याद आता
गाडग्याचाबि इसरलो आज झाडू...
-

मी जसा हावो तसा मी ठीक हावो
तू नको निस्ताच येथं येलपाडू...
-

वाच नै तर चाय तू वरच्यावरी पन
(पन नको तू जीवनाचे पान फाडू)
-

ह्या बिजाले कोंब धरन्या सांग ना रे
मी मले गा कोनत्या मातीत गाडू...

෴

६)

हे गाव कंचे गावात येकबि मकान न्हाई
उफान नदीले अन वाऱ्याले तुफान न्हाई...
-

दुपार रखरखती अन टायरबि भंगारलेला
रस्त्यात अन पंच्यरचं साधं दुकान न्हाई...
-

रोज वक्तशिर मशिदीवरला भोंगा वरडतू
अल्ला पावतर पोचनारी पन अजान न्हाई...

-

कोन बुहारा हवाच इखारी करून गेला
भाकरीले भूक अन पान्याले तहान न्हाई...

-

चुकलंमाकलं त् माफ करजा मले गडेहो
गझल माही अजुन जवान न्हाई...

෬෭

9

हिंदी गज़ल

१)

कितने खूबसूरत वहम पाले हैं
मुँह तक पहुँचने वाले अब निवाले हैं...
-

फिर नजर खा रही है धोखा देख
वो जो उजले हैं दिल के काले हैं...
-

जितनी शिद्दत से जख्म दिये थे सुन
उतनी हसरत से हम भी उन्हे संभाले हैं...
-

हम थककर यूँ ही नही बैठ सकते
अरे वो तो हमको और सताने वाले हैं...
-

कितनी बदसूरत हुई है जिंदगी भी
ये किसने खुबसुरत डोरे डाले हैं...
-

तुम हो के सांसो से हो परेशाँ 'नामालूम'
और यहाँ हमे मरने के पड़े लाले हैं...

❧

२)

आजकल तुम हमसे कोई शिकायत नही करते
या यूं समझे के हमसे तुम मुहब्बत नही करते...
-

खुशबूं का बदन लिये हम मिलते तो है तुमसे
तुम हवाओं की माफिक लेकीन शरारत नही करते...
-

इतना फर्क आ गया है दरमियान अब रीश्तोके
बस्स सजदे करते है वो अब इबादत नही करते...
-

बस्स यही तो थे जिन पे यकीन करते थे बागबां
ये कांटे आजकल फुलोंकी हिफाजत नही करते...
-

रोटीही खाते हो ना कोई प्लास्टिक तो नही ना खाते
फिर क्या बात है के तुम उनकी खिलाफत नही करते...
-

'नामालूम' इनके धडपर इनके सर नही है अब
ये सब मुरदे है और मुर्दे बगावत नही करते...

๏๏

३)

बहोत दूर निकल आया हूँ घर से मै
के घर लूट लेगा मुझे इस डर से मै...
-

जिस तरह मिल जाती है धूल हवाओं मे
इस कदर मिल गया हूँ इस शहर से मै...
-

मुझे कहाँ आठ हाथ थे और चार पैर
कहाँ बच पाया था उनके असर से मै...

-
सुरज भी थककर लौट गया है शाम को
अब भी खडा हूँ यहाँ कल दोपहर से मै...
-
कितना निखरा था 'नामालूम' धूप पीकर
और बिखर गया हूँ ईक ठंडी लहर से मै...

෨

४)

अपना बनाया जा रहा है
हमको सताया जा रहा है...
-
आजकल बहोत बेपर्दा है
कुछ तो छुपाया जा रहा है...
-
मेरी खुशी मे शरीक होकर
मातम मनाया जा रहा है...
-
शायद मुझको खरीद ही ले
ठोक बजाया जा रहा है...
-
पहले खूब हँसाया हमको
अब रुलाया जा रहा है...
-
'नामालूम' नासमझ नही है
फिर भी समझाया जा रहा है...

෨

५)

टिमटिमाता दिया दे गया है वो
और साथ मे हवा दे गया है वो...
-

दर्द कितना दे गया न पुछो तुम
शुक्रीया के दवा दे गया है वो...
-

जूर्म से जिस तौबा कर रहे है हम
लो उसकी भी सजा दे गया है वो...
-

बदले मे रोशन कर लिया खुदको
मुझे अंधेरा घना दे गया है वो...
-

चलो उनसे इकबार रुबरू होते है
अपना पता नया दे गया है वो...
-

उम्र तो कट ही रही थी बेवजह
एक वजह बेवजहा दे गया है वो...
-

'नामालूम' हकदार तो हम थे नही
फिरभी जालिम सदा दे गया है वो...

॰৩

६)

कहाँसे आये किधर को गुजरे जरा बताओ अच्छे दिन
किसने किसने कहा पर देखे पता लगाओ अच्छे दिन...
-

आंगन मे इक गढ्ढा खोदो और सपनोंको दफना दो

खुशी-खुशी मातम मनाओ शोर मचाओ अच्छे दिन...
-

सुरज को जरा बारिक पिसो चाँद को काटो टुकडोंमे
धिमी-धिमी आँचपे दो साल और पकाओ अच्छे दिन...
-

साठसत्तर खुशबूँ वाले फूल मर गये...... मंत्रीजी
गुलदानोंमे बिन खुशबूँके और सजाओ अच्छे दिन...
-

अँधोंको ऐनके बेचो बहरोंको सुनाओ गीत मधुर
जीनकी रात खत्महीं ना हो उन्हे दिखाओ अच्छे दिन...
-

'अब की बार' गर हाथ जोडकर 'मित्रों' आये पास तो
मार-मार डंडे सालों को दूर भगाओ अच्छे दिन...
-

'नामालूम' परेशान नही फिर भी खून तो खौलता है
तुम्हे कही गर मिल जाये उससे भी मिलाओ अच्छे दिन...

୭

७)

उनका खयाल आया.. और आता चला गया
फिर मै भी उस पर गौर फरमाता चला गया...
-

मायूस मै बैठा रहा तनहा लिये अपनी खुशी
और गम लिये वो दूर..ss तक गाता चला गया...
-

कैसा बदलाव था उसमें जो आया यक-ब-यक
मै रुठा नही था, फिर भी वो मनाता चला गया...
-

ये किसकी बदौलत बता, लिख रहाँ हूँ मै तुझे
वो कौन था, जो मुझमे समाता चला गया...?
-

अपने झूठ पर, शायद उसे ऐतबारही था नही
बार-बार वो यकीन दिलाता चला गया...
-

बडा अजिब शख्स था जो मिला था कल मुझे
खुद तो प्यासा था, मगर पिलाता चला गया...
-

जबसे उसके इश्क को रोका है हुस्न नें
हवाँवो पें वो घर अपने बनाता चला गया...
-

उडाता रहा बेटा..... भरी जवानी मस्ती में
और बाप था की बुढापे तक कमाता चला गया...
-

वक्त की मानिंद था तू, तेरा शुक्रिया 'नामालुम'
हँसाता चला गया, कभी रुलाता चला गया...

☙

८)

शायद रोज कब्रसे उठकर आता है वो
इसिलीये मिट्टी के शेर सुनाता है वो...
-

उसकी आँखे लबालब भरी है फिरभी
जाने कैसे दुनिया को हँसाता है वो...
-

चलो चलकर इकबार उसको देखते है
हाथ मिलाता है या गले लगाता है वो...
-

प्यासा रखकर प्यास और बढा देता है
पानी के ही ख्वाब सिर्फ दिखाता है वो...
-

खुद नही आता बस्स यादें भेजता है
अजिब ढंग से रिश्ता ये निभाता है वो...

-

जाने किसका इंतजार रहता है उसको
आज भी राहो मे पलके बिछाता है वो...
-

बहोत कुछ खोलके रख देता है लेकिन
अपने शेरों मे बहोत कुछ छिपाता है वो...
-

आज भी अपनी हथेली पर वो 'नामालूम'
लिखता भी है और फिर मिटाता है वो...

10

एक्कावन कविता माझ्याही

(प्रकाशित संग्रहातील निवडक कविता)

?

देवा,
एक सांग फक्त
तुझ्याच वाटेवर
जेव्हा सांडते
तुझ्याच
भक्ताचे रंग
तेव्हा
तू-नेमका
कोठे असतोस?
बंदूकधाऱ्यांच्या
पाठीमागे
की, तुझ्याच भक्ताच्या
रक्ताच्या
प्रत्येक थेंबात? (पृ.१२)

༄

लावा जिजाऊचा बिल्ला

लावा जिजाऊचा बिल्ला, लढवा शिवधर्माचा किल्ला
गाव तालुका पेटला, असा पेटवा रे जिल्हा ||
-
सर्व धर्म समभाव
धरा सत्याचीच हाव

खुळ्या अंधश्रद्धेवरती
आता उठा, करा घाव
आम्ही उपाशी पिढ्यांचे, त्यांचा भरतोय गल्ला
गाव तालुका पेटला, असा पेटवा रे जिल्हा ||
-

पहा माणसात देव
आता येऊ द्या रे चेव
आता मेंदूला हवी रे
विचार चिंतनाची ठेव
समजा नामदेवास तुम्ही, ऐका तुकोबाचा सल्ला
गाव तालुका पेटला, असा पेटवा रे जिल्हा ||
-

आता धडावर तुमच्या
तुमचे असू द्या रे डोके
साय खावया दुधाची
बघा टपलेया बोके
दात पाडाया तयांचे करा एकवटूनी हल्ला
गाव तालुका पेटला, असा पेटवा रे जिल्हा || (पृ.५)

वारंss पठठे

त्याला म्हटलं,
लेका 'प्रबुद्ध' हो
तर हा पठठा चक्क निर्बुद्ध झाला
धर्मग्रंथातील विष
हसत हसत प्याला
-

परिवर्तनाचा इवलासा अंकुर
म्हटलं, 'तुझ्याही मेंदूत रुजू दे'

तर हा पठ्ठा
चक्क बुरशीसारखा कुजायला लागला
ज्या दगडावर श्वानाने 'शू' केली
त्याच दगडाला पुजायला लागला
-

माता कोणासमोर टेकवायचा
हे जोवर त्याला समजणार नाही
तोवर लाथा खाणे
हाच त्याचा जन्मसिद्ध अधिकार आहे
अंधश्रद्धा म्हणजे दुसरं काही नाही रे
तुझ्या कष्टप्रद आयुष्यावर
ऐतखाऊंनी लावलेला अधिभार आहे (पृ.४५)

❧

बाकी सारं ठीक हाये

तीर्थरूप नमस्कार,
तुमचं पत्र वाचून भारी आनंद झाला
मात्र इथं माह्या आयुष्याचाच ह्यून राह्यला काला
खऱ्याच्या बाबतीत वातावरण इथं भलतंच सीक हाये,
पण काळजी नोका करू बाबा, बाकी सारं ठीक हाये.
-

इथं लोकांइच्या थुत्रावर येगळाच तणाव आहे
आजूबाजूले जमेल माह्या आतंकवाद्याइचा जमाव हाये,
घरापासून तर मरापर्यंत भ्रष्टाचाराचं पीक हाये,
पण काळजी नोका करू बाबा, बाकी सारं ठीक हाये.
-

संकरीत खाऊन-खाऊन इथं
वाढली आहे माही चरबी
गावात होतो मी तगडा घोडा
इथं मात्र हारलो डरबी
प्लास्टीकच्या थैलीत दूध कमी अन् भलताच चीक हाये,

पण काळजी नोका करू बाबा, बाकी सारं ठीक हाये.
-

प्रदूषण प्रदूषण इथं म्हणतात सगळे
दिसत नाही कुठीसाच चिमण्या, मिट्टू, कावळे
मायले नोका सांगू बाबा
निसर्गासोबत माही बी तब्येत थोडीसी वीक हाये,
पण काळजी नोका करू बाबा, बाकी सारं ठीक हाये
-

म्हयनाभर रोज इथं आठ-आठ घंटे असते काम
घाम सुकला तरी टायमावर भेटत नाही दाम
मनीआडरची वाट नोका पाहू बाबा
सरकारलेच त् आपल्या इथे लागेल भीक हाये,
पण काळजी नोका करू बाबा, बाकी सारं ठीक हाये.
-

ता.क. -
दोन एकर तरी ठेवजा वावर इक्याचं
भरोसा नाही नोकरीवर केव्हा बसणार कीक हाये,
पावसाचं सांगाचं त् इथं अभायच लीक हाये,
माह्या लगनाचं म्हनसान त शेजारची पोरगी ठीक हाये,
पण काळजी नोका करू बाबा, बाकी सारं ठीक हाये. (पृ.३१)

निवडणूक

थांबा एवढ्यात तुम्ही
ही वस्ती सोडून जाऊ नका
मला वाटतं
'ते' नक्कीच येतील
तुमच्या दारिद्र्याला
कडेवर घेतील
भाकरीचा तुकडा देतील
म्हणतील

मित्रहो,
तुम्हीच घडवू शकता
अमकं-अमकं, ढमकं-ढमकं
थांबा,
तुम्ही ही वस्ती
सोडून जाऊ नका
मध्यावधी
निवडणुका तोंडावर आहेत
तोवर जरा कळ सोसा
आजवर सोसत आलात
अजून थोडा छळ सोसा (पृ.६१)

11

दिवस निरुत्तर येतो

(प्रकाशित संग्रहातील निवडक कविता)

रावण

रावणाचा गुन्हा... एकच
त्यांनी केले होते.... हरण...
फक्त हरण
वस्त्रहरणही नाही
आमची झेप रावणाच्याही... पुढे
आम्ही धावत्या वाहनात करतो... रेप
आम्ही आमच्या अगतिक... मायबापांना
त्यांच्या उतारवयात देतो
घरचाच अहेर... घराबाहेर लावतो हाकलून
आम्ही सख्ख्या भावाच्या
टाळक्यात घालतो... कुऱ्हाड
नासुकल्या... धुण्यासाठी
आम्ही पेटवून देतो
कालच घरात आणलेल्या
नव्या नवरीला...
दीडदमडीच्या हुंड्यासाठी
आम्ही गर्भातच खून करतो
उद्या... आमच्याच अंगणात येणाऱ्या
फुलांच्या ऋतूचा
आम्ही दारूसाठी मत विकतो
रडीच्या डावात जग जिंकतो
पांघरतो नेतृत्वाची... झूल
सिमेंट खाऊन पचवतो... अख्खा पूल
तरीही... आम्हीच राम
दरवर्षी ताणतो... धनुष्यबाण

आणि देतो पेटवून रावणाला
कारण...
त्याचा फक्त एकच गुन्हा
त्याने हरण केले होते
वस्त्रहरण नाही (पृ.२७)

कविता

दर दीड-दोन मिनिटांनी
येऊन थांबणाऱ्या
लोकलसारखी
येत-जात असते... कविता
मनाच्या फलाटावर
-
माणसांच्या चिक्कार गर्दीसारखे
शब्द... करतात गर्दी
मनाच्या स्टेशनाला
-
मध्यरात्र टळून गेल्यावर
सुनसान फलाटावर
येऊन थांबावी... शेवटची गाडी
आपल्याला हवी असलेली
तशी येते... नेमकी... कविता (पृ.१८)

महागाई

कंबरेचे हाड
पाठीचा मणका
मोडतो दणका
महागाई
-

गगनाशी भिडे
तेल दाळ कांदा
जगण्याचा वांदा
महागाई
-

हातावर असे
मजुराचे पोट
आसवांचे घोटं
महागाई
-

तरीही सजती
हॉटेलांचे काच
जरी तुझा जाच
महागाई
-

धनिकांना नसे
बये तुझी झळ
सोसू आम्ही कळ
महागाई (पृ.३७)

एक केली

एक केली चूक मी
घेतली बंदूक मी
-

चूल आता पेटते
जाळतो भूक मी
-

काय वेडे शोधते
मोकळा संदूक मी
-

पाकळीही बोचते
एवढा नाजूक मी
-

या जगाला ज्ञात पण
ना तुला ठावूक मी
-

सांत्वना देऊ कसा
कोरडा भावूक मी (पृ.५५)

৩৩

झोलाझंडी

फाटून गेला सदरा धडा अन् तुटून गेली गुंडी रेss
बैल तगडे न रस्ता बि सिधा तरी उलार झाली बंडी रेss
-

आयुष्याचा गोपाय काला बिघडून गेला ताल सारा
मजल्यावरती मजले चढवून फुटलीच नाही हंडी रेss
-

मकान वाडी बंगला गाडी राजेशाही थाट सगळे

अन् कामधंदा म्हणावं त त्याहीचा फकस्त 'झोलाझेंडी' रेss
-

गांडिव सुद्धा गळून पडले हतबल झाले कृष्णमुरारी
रणांगणावर समोर जेव्हा आला गडी शिखंडी रेss
-

गुलाम सगळे मोकाट झाले राजे लागले देशोधडीला
छक्के पंजे सोबत घेऊन मजा मारते रंडी रेss
-

रोज रातीला पलंग कण्हतो नवे-नवे हे नवरा नवरी
गादी दुलई म्हणते ह्याइच्या आंगात घुसली थंडी रेss
-

पिढ्यांपिढ्यांचे गुलाम आपण गटारात या रुतून बसलो
निघावयाचे असेल तर मग सोडून द्याना शेंडी रेss (पृ.६५)

৩

तू गेल्यावर...

तू गेल्यावर सुकल्या बागा... उदास झाले पक्षी
तळहाताला डसली मेंदी घायाळ झाली नक्षी
-

तुरुंग झाला देह घराचा... सुरुंग झाले डोळे
तुझ्याविना सुटणार कसे... हे जन्ममृत्यूचे कोडे
-

होती जेव्हा नव्हती... आता नाही तेव्हा कळले
चकाकणारे नभात तारे... कसे अचानक मळले
-

तू गेल्यावर भकासले घर... हताश झाले बाबा
चिमणी उडाली भुर्रss... पिलांवर नाही कुणाचा ताबा
-

तू गेल्यावर आभाळातून... बरसू लागली शाही
तू गेल्यावर प्रत्येक शब्द... तुझीच कविता आई (पृ.७८)

৩

12

कालिंदीच्या डोहातून

(प्रकाशित संग्रहातील निवडक कविता)

काल रात्री

दिवा विझल्यानंतर... आग लागली
आणि आग विझल्यानंतर
तो मला म्हणाला-
"मला आता तुझ्यात पहिल्यासारखी मजा येत नाही!"
-

मी एकदम शून्य... तितकी सावध...
नंतर...
रात्रभर काळोख बिनघोर घोरत राहिला,
उदास सावल्या भिंतीवर रेंगाळत राहिल्या
अन् पापण्या ओघळत राहिल्या
-

विचार केला
हे जर मी बोलले असले त्याला तर...?
तर तो क्षणात झाला असता भस्मसात
अन् पसरली असती घरभर
त्याची चिमूटभर युजलेस राख
-

असो...
कुंकू आता पूर्वीसारखं गडदलाल राहिलं नाही
एवढं मात्र खरं (पृ.११)

कुणाच्या जाण्याने

कोणाच्या येण्याने
फरक पडतो कुठे
मुक्याच्या गाण्याने
-

अखेर सारे कष्ट
फेऱ्यातच झाले नष्ट
बैल टाकला मारून
फिरवून घाण्याने
-

सांत्वना देऊन आधी
अश्रूंची दिली व्याधी
मस्तच केला धंदा
काळजाचा वाण्याने
-

भावना केल्या स्वस्त
हजामत केली मस्त
शेवटी तुम्ही आमची
फुकट बिनपाण्याने
-

आयुष्यभर धावपळ
रुपयासाठीच केवळ
अखेर जीव गेला
मात्र चार आण्याने (पृ.६६)

कोणतीही गाय काही एकदम गाय होत नसते गड्या!

ती कालवड म्हणूनच जन्म घेते
कालांतराने ती वासरी होते
अन् नंतर जेव्हा ती माय होते
तेव्हाच ती होते... गाय
-

कोणताही बैल एकाएकी होत नसतो... बैल
वासरापासून... तर गोऱ्ह्यापर्यंतचा त्याचा प्रवास
असतो असीम सुखाचा
ठेचल्यानंतर त्यांच्या लाखमोलाच्या
समागमाचा जातो बळी
खांद्यावर येतो मरेपर्यंत न उतरणारं जू
तेव्हाच तो होतो... परिपूर्ण बैल
-

माणसाचेही असंच असतं गड्या
गायीसारखा वात्सल्यानं भरभरून वाहणारा
अन्... बैलासारखं
कष्टाला पुरून उरणाराच
असतो एखादाच खरा माणूस
बाकीचे सारे असतात फक्त... इसम
तेव्हा... तू कुणालाही 'माणूस' म्हणून
करू नकोस माणसाचा अपमान (पृ.८७)

॰॰॰

हातातला नांगर टाकून

माणसं निघाली आहेत
जेसीबीचा जयघोष करत
तेव्हापासून
पाखरांचा जीव आहे मुठीत
-

कालपर्यंत मातीगोट्याचा असणारा रस्ता
आज झालाय फोर लेन हायवे
पण त्याला येऊन भेटणारी
कच्ची सडक मात्र अजूनही
झाडाखाली थकून बसलेली
-

कालपर्यंत जिथे आपण भेटत होतो
तिथे झालीत आज घरी
उभे झालेत मॉल
तिथे भेटतात
बॉयफ्रेंड, गर्लफ्रेंड स्वस्त दरात
कष्ट करून करून मरून जाणारा
कभी काळचा प्रोड्युसर
झालाय आज मात्र एक कस्टमर
जो नाही घेऊ शकत विकत
एखादं चिल्लर स्वप्नसुद्धा (पृ.९७)

❧

जेव्हा आपण कुलकर्णी असतो

तेव्हाही आपल्याला असतात तितकेच प्रॉब्लेम
जितके असतात कांबळे असताना
कधी कधी गुप्ता असणं सोयीचं ठरतं
चौबे असण्यापेक्षा
-

देशपांडेला
मी बारमध्ये पाहिलंय वेटर म्हणून
अन् वाल्मिकीला
टेबलवर ऐसपैस बसून पेग मारताना...
-

आपण मेहरा असतो
तेव्हाही आभाळ असतं डोक्यावरचं

अन् फर्नांडिस असतो तेव्हाही
जमीन असते पायाखालीच...
-

प्रत्येक वेळेस ठाकरेच येईल कामात असं नसतं
तर...
अंसारीही डोळे पुसून जातो कधी-कधी
-

नावात काय आहे?
चला जगूया...
नावाशिवाय... (पृ.१२६)

13

कवितेची समीक्षा

भाग १ : समीक्षा कारणमीमांसा व काव्यसंग्रह आढावा

१) समिक्षेमागील कारणमीमांसा :

"सुरेश भट म्हणतात, "काव्य लेखन करणाऱ्या पैकी बहुतेकांना कविता म्हणजे सर्वस्व वाटते. याचा अर्थ असा नव्हे की, त्यांचे कवितेवर प्रेम असते, आपल्या कीर्तीसाठी, यशासाठी त्यांना कविता हवी असते. असे लोक शब्दांचा कितीही झगमगाट करीत असले तरी ते फक्त स्वतःचाच विचार करीत असतात. कविता म्हणजे त्यांच्या खाजगी उपयोगासाठी एक शिडी असते. असे लोक कुणावरही प्रेम करू शकत नाही. मग ती कविता असो, वा समाज असो. हे इसम कलाकार नसतात, दुकानदार असतात. मग दुकान कितीही मोठे असो, आपल्या भोवती असलेल्या असंख्य माणसांच्या सुखदुःखापेक्षा कविता कधीच अधिक महत्त्वाची नसते. कविता तर सर्वांच्या हृदयाशी एकरूप होत असते, म्हणून ती खाजगी नसते आणि ती खाजगी नसल्यामुळे भोवतालच्या परिस्थितीची दखल घेत मानवजातीला सोबत करीत पुढे जाणे, हे तिचे खरे कार्य आहे. या प्रवासात मानवाचा धीर खचू न देणे ही कवितेची जबाबदारी आहे." (संदर्भ-वृत्तपत्रातील स्तंभलेखन)"

किशोर मुगल ह्या कवीकडे सर्वप्रथम सुरेश भटाच्या या वक्तव्यातून बघू पाहतोय, तर किशोर या झगमगटातील कवी म्हणून कुठेही दिसून येत नाही. कवितेचा उपयोग खाजगी उपयोगासाठी शिडी म्हणून त्यांनी कधीही केला नाही किंवा त्यांनी कवितेचे दुकानही थाटलेले नाही. किशोर या असंख्य सुखदुःख झेलणाऱ्या माणसात आपल्या कवितेने एकरूप होऊ पाहतो. त्यांची कविता मानव जातीच्या समूहाचे प्रतिनिधित्व करीत नवदिशा दाखवणारी ठरते. म्हणूनच किशोरची कविता आता खाजगी नाहीच. ती सर्वसमावेशक आहे. हेच कारण पुरेसे होऊन या कवितांवर, कवीवर व्यक्त होण्याचा हा प्रयत्न होय.

या साहित्यप्रवासात आमचेही प्रश्न, समस्या, दुःखद भावना, मनाचा धीर खचून देणारी त्यांची कविता, जगण्याला उभारी देणारी आहे. असे सहज वाटल्याने, किशोरची कविता ही फक्त माझीच नाही तर ती सर्वव्यापक झालेली दिसून येते.

कवीची कविता ही निःस्पृह, निःपक्ष, निर्भीड असायला हवी." किशोरची कविता या तोडीची नक्कीच आहे. तेवढंच त्यांचे मन स्फटिकाप्रमाणे स्वच्छ, निर्मळ आहे.

किशोरची कविता स्वातंत्र्य अभिव्यक्तीचा पुरस्कार करीत समोर येते. न्याय, स्वातंत्र्य, समता, बंधुता या घटनेतील मूल्यांचा डोळ्यावर चष्मा लावून ती प्रसवल्या जाते. परिवर्तनवादी, बुद्धीप्रामाण्यवादी, सामान्य जनकेंद्रवादी, विज्ञानवादी या स्वरूपाने ती मनाला भेदून घेते.

'हसू आणि आसू' हा तर कवीचा व्यक्त होण्याचा स्थायीभाव दिसून येतो. "देशपांडे काका कुठे राहतात हो?" (पृ.१०८, कालिंदीच्या डोहातून) किशोरच्या स्वभावातील हा स्थायीभाव या कवितेतून अलगद उलगडला जातो. मिश्किल भाष्य, त्यातील लय, ओढ आणि अंतर्मुख करणारा शेवट, होय! आनंद आणि दुःखाचा विलाप, खरं पाहता ही काव्यशैली साधी नाही. किशोरने अनेक कवी संमेलन गाजवली, त्याहीपेक्षा त्यांचा वऱ्हाडी बोलीभाषेतील 'मायबोली' काव्यवाचनाच्या कार्यक्रमातील आनंद, 'झोलाझेंडी' या सदरातून येणारी त्यांची मिश्किल कविता रसिकांना जेवढं पोटभरून हसवते, तेवढंच शेवटी ती रडवते, विचारप्रवृत्त करते आहे. त्यांची कविता मनात झिरपते, सतत ती मन पटलावर रेंगाळत राहते.

".... देशी दारूचे सरकारी दुकान असेल
देशपांडे काका तुम्हाला सध्या दुकानातच भेटतील
तुम्ही त्यांच्या कवितांना दाद द्या
ते तुम्हालाही पाजतील."

सामान्य माणसांच्या स्वभावातील वेल्हाळपण शोधणारे कवीचे मन, खरंच अप्रतिम शैली, माणसं कधीतरी या कवितेप्रमाणे सरळ वागली काय? दैनंदिन जीवनात आपण कितपत चुकतो? बोलताना प्राथमिकता न बाळगता कसे मनधुंदीत जगतोय? असे अनेक प्रश्न. अंतर्मनात किती दुःख पचवतात ही माणसे, याची जाणीव करून देणारी ही कविता. किशोरची कविता एका व्यक्तीचिंतनाचा इरसाल नमुना आहे. किशोरची नजर या दुनियेला भेदक होऊन निरखत राहते. त्यांच्या अंतरंगातील सुखदुःखात मनाने सहल करून येते. नंतर ती शब्दांच्या विविध तऱ्हा घेत अवतरते. त्यामुळे त्यांची कविता कधी डोंबाऱ्याच्या खेळागत आनंद देणारी, तर त्याच खेळातील विषारी नागाच्या दंशाची दाहकता दर्शवणारी भासते.

"मान गये गुरु! इतनी काबीले तारीफ..." हिंदी, मराठी, बोलीभाषा, गझल, मुक्तछंद, क्षणिका, अभंग अशा विविध काव्यप्रकारात बेधुंद रंगणारा कवी, निसर्गातील एखादे चित्र, दृश्य बघून फेसबुकवर फोटो पेस्ट करतो तेव्हा आपल्या निरीक्षण दृष्टीचा इरसाल नमुना देतो. काहीतरी एक 'स्लोगन' ओळ लिहितो आणि वाटतं, "अरेच्चा! किशोरने काहीही न लिहिता, ही तर चित्रांच्या, वाक्याच्या माध्यमातून अखखी कविता रसिकांच्या डोळ्यासमोर उभी केली. असे अनेक उदाहरण त्यांचं थोबाडपुस्तक (फेसबुक) उघडल्यावर आपणास दिसतील. कविता न लिहिता, रसिकांच्या डोळ्यासमोर कविता चितारणारा हा आमच्या जिल्ह्यातील तरी एकमेव 'काव्यप्राणी' होय.

"राम नाही अंतरी ज्यांच्या जराही
तेच जाळाया निघाले रावणाला" (पृ.२४, दिवस निरुत्तर येतो)
"पिढ्या पिढ्यांचे गुलाम आपण गटारात या रुतून बसलो
निघावयाचे असेल तर मग सोडून द्याना शेंडी रेSS!"
(पृ.६५, दिवस निरुत्तर येतो)

आज कोण किती समाज सापेक्ष आहे (सेक्युलर) ही चढाओढ चाललेली आहे. कोण कुठल्या विशिष्ट धर्माचा? कोण धर्मी? कोण परधर्मी? हे आजच्या या वर्तमानाचे वास्तव आहे. खरंतर या बुद्ध विचारांच्या भूवर माणसा-माणसांत स्वार्थासाठी भेद उभारला जातो. अनंत मूलभूत प्रश्न, समस्या याकडे कानाडोळा होते आहे. ऐतखाऊ अनकष्टीपणा यातून दारिद्र्यता वाढत चालली. यावर आता पर्याय काय?

किशोर या वर्तमानात गांभीर्याने डोकावतो. अगदी प्रामाणिक होवून स्वकृतीने जगत आपल्या शब्दांची जाणीव करून देत जीवनदृष्टी चितारतो. त्यांची कविता

प्रचंड आशावादी, प्रेरक ठरते आहे. खरंतर किशोर शब्दांची लेणी कोरतो आहे. शब्दांची शेती करतो आहे. औष्णिक ऊर्जा केंद्रात कार्यरत असल्याने त्यांना प्रत्येक मानवाला कुठल्या ऊर्जेची गरज आहे, हे चांगलेच ठाऊक झाले आहे. यामुळेच आज मानवाच्या मनाला लागणारी ऊर्जा ते कविता रूपाने देत आहेत. यामुळेच त्यांची कविता स्पृहनीय ठरते आहे. निष्ठेने जगत वैचारिक तत्त्वज्ञान अगदी साधेपणाने नमूद करणारा किशोर एक उत्तम शब्दकार ठरतो. ते म्हणतात,

"आयुष्याच्या वहीमध्ये सारी खाडाखोड
तरी पुन्हा नवे काही लिहायची ओढ" (पृ.१२०, दिवस निरुत्तर येतो)
कवी पुन:पुन्हा म्हणूनच व्यक्त होतो आहे.

୬୬

२) किशोर मुगल यांच्या काव्यसंग्रहाचा आढावा :

"किशोर मुगल यांच्या प्रकाशित साहित्याचा प्रवास १२ जानेवारी २००४ पासून सुरू झालेला असून, त्यांचा पहिला कवितासंग्रह 'माझ्याही एक्कावन कविता' मराठा सेवा संघ, जिल्हा चंद्रपूर द्वारा प्रकाशित झालेला आहे. एकंदरीत एकविसाव्या शतकातील पहिल्या दिवदशकातील प्रतिनिधित्व करणारे ते कवी आहेत."

किशोरची बोलीभाषा वऱ्हाडी असून त्यांनी बोलीभाषेसह, प्रमाण भाषेत काव्यप्रकार हाताळत गझल, छंद, मुक्तछंद, अभंग, क्षणिका, हिंदी कविता 'नामालूम' या टोपण नावाने अशी अनेक काव्यप्रकारात त्यांची मुशाफरी केलेली आहे.

किशोरच्या कवितांची लय ही रसिकांच्या मनाचा ठाव घेणारी आहे. अंत:करणात खोलवर पाझर फोडणारी ही कविता संवादमयी होत प्रकटीकरण करते. त्यांच्या काव्यशैलीने मनाला चमत्कारीपणा जाणवतो. जवळपास तीन दशकाच्या वर्तमान परिस्थितीचे गांभीर्य ओळखून किशोर अस्वस्थ होतो. या काव्यप्रपंचातून व्यक्त होत समोर येतो. त्यांच्या कवितेचा ठसा आज राज्यभर पसरलेला दिसून येतो आहे. त्यांचे आजवर तीन काव्यसंग्रह प्रकाशित असून,

बरीचशी कविता विविध वृत्तपत्र, डिजिटल माध्यम 'फेसबुक' यातून दररोज वाचायला मिळते आहे.

किशोरचे प्रकाशित काव्यसंग्रह

१) एक्कावन कविता माझ्याही - ३ जानेवारी २००४, प्रकाशन- मराठा सेवा संघ, जिल्हा चंद्रपूर.

२) दिवस निरुत्तर येतो - २७ ऑक्टोबर २०१२, प्रकाशन- जगद्गुरु तु. सा. परिषद, चंद्रपूर.

३) कालिंदीच्या डोहातून - ७ नोव्हेंबर २०१७, संवेदना प्रकाशन, नागपूर.

१) एक्कावनकविता माझ्याही

"संग्रहाच्या नावातच सारंकाही आहे. काव्यसंग्रहाला प्रख्यात विचारवंत डॉ. आ. ह. साळुंखे सर सातारा यांची प्रस्तावना लाभलेली आहे. "विविध प्रकारचे विषय हाताळणाऱ्या एकापेक्षा एक सरस कविता पहिल्याच प्रयत्नात रसिकांपुढे सादर झाल्या आहेत." ही डॉ. आ. ह. साळुंखे सरांची मिळालेली पावती म्हणजेच त्यांच्या काव्याचा दर्जा स्पृहणीय असल्याचा दाखला आहे."

"कवितेच्या गावी
पिंपळाखाली बुद्ध
मी तरी क्रुद्ध
होऊ कैसा"

अर्पणपृष्ठावर संत तुकाराम महाराजांचे "आम्हा घरी धन..." हे अभंगवचन दर्शवीत आपल्या विचारांची बांधिलकी रसिकांसमोर मांडीत कवितेचा प्रवास सुरू करणारे कवी वैचारिकरित्या परिपक्व जाणिवांचे आहेत, हे लक्षात येते. उपरोक्त 'कवितेच्या गावी...' या अभंग ओळीतून बुद्धविचारांशी जुळलेली नाळ सिद्ध होते. एकंदरीत बुद्ध, तुकाराम ही सत्य विचाराची शिदोरी आहे आणि जो कवी या वंशवेलीला आपलेसे करतो, त्यात जगतो, त्यांचे शब्द, तेवढीच त्यांची कृती, दृष्टी ही लख्ख पारदर्शी असते. तो कवी कधीही बेइमानी करू शकत नाही वा तसे वागत नाही. त्यांची कविता व अख्खं जीवन हे कधीही थोतांड खोटारड्या जीवनाचे

समर्थन करणारे नसते. अगदी सोप्या भाषेत सांगायचे तर 'पुष्पा' अलीकडेच रिलीज झालेल्या सिनेमातील "झुकेगा नही साला..." हा लोकप्रिय संवाद आठवावा. अगदी मनाने नीतिमान जगणारा कवी आणि त्यांच्या नीतिमान कवितेचा प्रवास एका परिपक्वतेतून, पूर्णत्वातून नक्कीच सृजनशीलतेकडे, समृद्धीकडे नेणारा आहे, हे पहिल्याच प्रयत्नात जाणवते.

आजी विठाबाईस अर्पण असलेला काव्यसंग्रह, मराठा सेवा संघ विचारकृतीचे सहकार्य घेऊन समोर आलेला आहे. खरेतर किशोरला ख्यातनाम अभ्यासक, साहित्यिकांचा सहवास, समृद्ध वारसा, अनुभव लाभलेला आहे. त्यामुळेच त्यांच्यातील सृजनमन हे कवितेच्या प्रांताला खरी लोकप्रिय कविता देऊ शकले आहे. चंद्रकांत जाधव, यशवंत मोहिते, डॉ. मनोहर रोकडे, रत्नदीप वानखेडे, प्रा. अशोक थोरात, शिवाजी जवरे, गणेश भाकरे, सुरेश पाचकवडे, रमेश देशभ्रतार, प्रशांत असनारे, गंगाधर बावनकर, सुभाष शेडमाके, मंजुषा पत्की, दिवाकर देशमुख, अशोक मोहोड, मोरेश्वर खारोडे, भगवान हिवराळे, बाबुभाई पटेल, प्रकाश वाघमारे, यासह लोकनाथ यशवंत, बी. गोपनारायण, देवानंद कापसे, प्रभाकर पारखी, अॅड. भगवान पाटील अशा सह्रदयी व्यक्तिमत्त्वांचा सहवास, अनुभवाचा वारसा त्यांच्या पहिल्या संग्रहात आल्याचे ते सहज मान्य करतात.

किशोरची कविता सर्वव्यापी, तेवढीच अनंत कालावधीनंतरही ती 'किशोरच' असणार. हे शाश्वत सत्य आहे. किशोरच्या काव्यातून डोळे उघडे असलेल्या बुद्ध प्रतिमांचा भास होतो. "कविता बरंच काही असते..." ही जाण बाळगत कवी उघड्या डोळ्यांनी या जगाकडे सैरभैर बघतो. स्त्रियांचे मन, प्रश्न, अगदी जटील गर्भपात ही समस्या यावर आक्रदन मांडतो. विठ्ठलाची माणुसकीसाठी आळवणी करणारा कवी विठ्ठलाला जणू आव्हानात्मक हाक देतो. "येत नाही पुढे, कुठे आहे देव? का त्याला माझेच भेव सांगणारे."

अस्वस्थ असे जगताना शिवधर्माचा जागर करीत, जिजाऊचा बिल्ला लावून शास्त्रतेज जागवण्याचे ते आव्हान, स्वतः कृतीयुक्त होऊन करतोय. आम्हीही हा 'शिवधर्म' आत्मसात केला असल्यामुळे आणि ज्यांना यातील वैचारिकतेची जाणीव असेल त्यांना हे सारं समजलंच असेल.

कवी विविधांगी विषयावर व्यक्त होताना चांदणवृक्षात प्रेयसीशी स्वगत संवाद साधत, वाचकांना अलगद हळवा करून जातो. तर लगेच कठोर होत स्मशानातील दुःखाचे वास्तव भेदक होऊन मांडतो.

"मुडदे पेटताना जरी मी नाक बंद केले
घरात माझ्या होता तसाच वास काही" (पृ.७, स्मशान)

कवीचा पिंड हा प्रबोधनाचा, जागरणाचा असल्याचे यातून प्रचित होते.

पुनर्जन्माला बुद्धांनीही निषिद्ध ठरवले असले तरी आज ज्योतिबा आणि तत्सम विचारधारा बाळगणाऱ्या थोर पुरुषांची, प्रामाणिक पुढाऱ्यांची या देशाला फार गरज आहे. इथे परिवर्तन हवे आहे. माणुसकीची ज्योत घराघरात नांदायला हवी. कवीचे मन बरंच विचारांती दाटून येताना दिसते. "तुम्हाला यावंच लागेल...." असं आवर्जून काव्यातून मार्मिकत्व मांडतो. इथल्या व्यवस्थेला अजूनही माणसा- माणसांच्या स्पर्शाची मळमळ होते आहे, हे वास्तव आम्ही अद्यापही अनुभवतो आहोत. गावागावात आज थोतांड धर्मविचारांच्या बेगडी मैफिली, प्रवचने यातून 'हे माझं, ते तुझं, हे आमचे, ते तुमचे' असा भेदाभेद दिसून येतो आहे. हजारो वर्षापूर्वीच्या वर्णव्यवस्थेतील भेदाभेद पुढेपुढे सरकत जातीभेद, पंथभेद, गरीब-श्रीमंत आणि कितीतरी गटातटात उभा राहिला आहे. यातूनच माणसा-माणसातील मनाचं अंतर वाढलं आहे.

किशोर शहरी, ग्रामीण भाषेतील संसारपट उभा करतो. शासनाच्या योजनांवर व्यक्त होतो. देवाला जणू न्यायालयातील कठड्यात उभा करीत त्याला प्रश्न विचारतोय. याबद्दल सांगावसं वाटतं. आज देववृत्ती व प्रवृत्तीवर अनेक सिनेमे उभे राहिलेत. 'पिके' हा सिनेमा प्रचंड गाजला. मात्र त्यातील वैचारिकता मनात किती लोकांनी भरवली? हा प्रश्न अद्याप उभा आहे. इथला माणूस फक्त करमणूक म्हणूनच जर सिनेमा, साहित्याकडे बघत असेल तर त्याच्या जीवनाचा कालखंड अज्ञानाच्या खाईतच संपणार, एवढं नक्की!

किशोरची कविता साध्या विचारातून अनेक अर्थ शोधायला भाग पाडते. म्हणूनच सूचनक्षमता असलेली ही उत्तम कविता ठरते. काव्याचे प्रयोजनही यात दडलेले आहे. उत्तम कवितेचे हे लक्षण काव्यशास्त्रात मान्य आहे. किशोरची कविता मन, मेंदूत तारतम्याने दडून बसते. विचारप्रेरित करते म्हणूनच तिला लक्षात घ्यायलाच हवी.

प्रेयसीला डोळ्यात भरवणारा कवी, यापेक्षा कवीला डोळ्यात भरवणारी प्रेयसी, ही त्यांच्या कवितेची दाद आहे. निसर्गाची मुक्त उधळण शब्दाद्वारे प्रसवत पाऊस कवीच्या देहात गंधाळतोय. निसर्गाच्या रंगात धर्मांधतेची ज्वाला शोधायला भाग पाडतो. कवीचं जगणं, व्यक्त होणं इतकं स्वाभाविक होतं की, "माती झालेले स्वातंत्र्य शोधता, माझं जीवन थकून हारतो" (पृ.१७) असा नैराश्यसूर उद्गारणे, मात्र हेच स्वातंत्र्य एकांतवासात उद्विग्न मनाने, अश्रूच्या बांधाने एकमेकांच्या डोळ्यात भरवीत बसतो. अशी कबुलीही कवी देतो.

इथले प्रश्न साधे नाहीत. बलात्कार, अन्याय, अत्याचार, राजकीय षंढपणा, नाकर्तेपणा, नालायकपणा, स्वार्थी उपद्रवी लोकं, पेटणारी, पेटवणारी, मारणारी, तारणारी, जळणारी, पोळणारी, अश्रू गाळणारी कितीसारी ही संकटे. तेव्हा किशोर 'पेस्तनजी अंकल' (पृ. २०) काव्यातून उभा करीत व्यंग साधतोय. एक 'सेल्फिश नेचर सिस्टीम' हे नवं तत्त्व काव्यातून मांडतो. खरंतर नावीन्यता जपत कल्पनात्मक प्रयोगशील होत कवीने ही कविता रसिकासमोर सादर केली आहे. भरभरून दाद मिळवणारी ही कविता होय.

किशोर ज्ञानदीपाचा पुरस्कर्ता होतो. गजलेत संवादी होतो, निवेदक म्हणून, आत्मनिष्ठ प्रवक्ता बनून जीवनाचे व्यवहारज्ञान ओळखायला भाग पाडतो. यात किशोरची लढाई थोर पुरुषांच्या विचारांशी, त्यांच्या तत्त्वाशी बांधील झालेली दिसून येते, नव्हेतर त्यांचे नाते त्या विचारांशी घट्ट जुळलेले आहे.

या कृषीप्रधान देशातील मातीत राबणारा शेतकरी त्यांच्या डोळ्यासमोर बाप होऊन तरळणारे त्याचे दुःख, संवेदना तो स्वतः जणू उपभोगत मांडतोय. तेव्हा वास्तवाचे रेखाटन त्याच्या काव्यकुंचल्यातून झिरपू लागते.

"काय थट्टा करता राव! देश कृषी प्रधान म्हणता

काळ्या मातीत देह माझा ठेवून आज आलो" (पृ.२७)

किशोर 'बुढ्याचं पत्र' कवितेतून अगदी चपखल गावागावातील म्हाताऱ्या बापाचा संवाद बोलीभाषेतून काव्यमय सादर करताना अंगावर रोमांच उभे राहतात. त्यांची कविता काळजात रुतते. अगदी घराघरातील हलकेफुलके प्रसंग, घटना टिपणारी बोलीशैली अंतर्मुख करणारी आहे. तेवढंच म्हाताऱ्या बापाला "बाकी सारं ठीक आहे" या पत्रकाव्यातून धाडलेले उत्तर म्हणजेच या व्यवस्थेवर चपराक आहे. वडील-मुलांचं नातं घट्ट रुजवणारी संवादमयी वास्तव जीवनकथा ही सर्वांच्या अनुभवास आलेली कथा होय असेच वाटते.

किशोर 'पत्रकाव्य' हा नवा काव्यप्रकार या काव्यप्रांतात रुजवू पाहतोय. होय! हा नावीन्यतेचा नवा प्रयोग मानायला हरकत नाही. या प्रकारातील काव्य म्हणजे आज कथा, कादंबरीच्या तोडीचे काव्य होय. अगदी मोजक्या व समर्पक शब्दात आयुष्याचा पट कादंबरीगत उलगडणारे 'पत्रकाव्य' हे कवीच्या अभ्यासात्मक वैचारिक परिपक्वतेचे सुंदर उदाहरण होय.

किशोर अनुभव समृद्ध कवी आहे. तेव्हा काव्यातून मांडलेले अनुभव हे रसिकांसाठी मोलाचा सल्ला ठरतो. परिवर्तनाची आस घेऊन फिरणारी माणसं आणि त्यांचे खेडे किती बदललेत याचे वास्तव टिपताना कवीला कोणे एकेकाळी जिवंत जाणीव असलेले गाव मृतवत स्मशान झालेले भासते आहे. तेव्हा ते चिंतन

अंतःकरणातून प्रकटते. "नदी होणाऱ्या डोळ्यातून आता थेंब सुद्धा गळत नाही." हे शोकांतभाव मांडताना कवी कवितेशी किती लीन झालाय याचा प्रत्यय येतो.

"कधी-कधी भारत मला माझा देश वाटतो" (पृ.३४) दररोज प्रतिज्ञा म्हणणारा हा भारतीय स्वदेशाच्या बाबतीत 'कधी-कधी' शब्द वापरून साशंक होत असेल तर खरेच याला जबाबदार कोण? किती विचारप्रवण ही कविता आहे. खरंच ही कविताच मूळ राष्ट्रीयत्व लेऊन जन्माला आलेली. सर्वांच्या मनात असलेली सल कवी एका शब्दात मांडतो, पूर्ण कवितेचे रसग्रहण करताना वाटतं, "खरंच! आपण या देशात जन्म घेऊन गुन्हा तर नाही ना केला!"

किशोर कवितेतून सैरभैर विषयाची मांडणी करतो. कधी प्रेयसीच्या मिठीत श्यामरंग भरणारी कविता तर कधी नजरेला काजळ लावणारे भाव, मानवतेसाठीचा अट्टाहास! हिंदू-मुस्लिम धर्मवाद, तर कधी "राम बाबरी अयोध्येत नाही" ही बोलीभाषेतील संवादमयी स्वगत कविता, कवीने अनेक मंचावर आपल्या मधुरवाणीने रसिकांना मंत्रमुग्ध केलं आहे. ही कविता ऐकून मिर्झा बेग सारख्या ख्यातनाम कवीच्या काव्यगायनाचे पाठ आठवतात. 'हसू, आसू आणि विडंबन' ही खरी काव्यातील त्रिसूत्री किशोरच्या व्यक्तिमत्त्वाला, काव्याला बलस्थान देणारी आहे.

पाऊस असो की, अस्सल मांडलेले आयुष्य असो यात गुंतून वारंवार वाचन करावे. मनसोक्त त्यांच्या शब्दात भिजावं असंच वाटतंय. किशोर व्यक्ती वर्णनही छान मांडतो. सावित्री, जिजाऊ, महात्मा, राजश्री अशी कित्येक वैचारिक व्यक्तींची विचारदर्शने काव्यात प्रसवताना 'शेखचिल्ली' सारखा माणूस, रेल्वेच्या डब्यातील माणूस, ग्रामीण माणूस, स्वार्थी पुढारी, शेतकरी असे कितीतरी पात्र त्यांच्या काव्यातून समोर येतात. किशोर समाजाचे सभोवताल निरीक्षण करीत जणू शंकरजीचा 'तिसरा डोळा' काव्यात्मकतेत वापरतात. हे त्यांच्या शैलीवरून दिसून येते. कवी निसर्ग प्रतिमात व्यासंगाने बुडतो, तर कधी चंद्र, सूर्य होतो. कधी प्रेयसीचा प्रतिमात्मक वापर करीत जीवनमूल्याची आस देतो. मात्र किशोर शुद्ध प्रेमकवितांमध्ये रमताना दिसत नाही. या कवितासंग्रहातून ही खंत रसिकासमक्ष राहून जाते. मुळातच कवीचा पिंड हा राष्ट्रीय, समाजोन्नतीचा ध्यास बाळगणारा आहे. आभाळाशी नातं सांगत, मातीशी इमान बाळगणारा असा सच्चा कवी सध्यातरी जिल्ह्यात मिळणे दुर्मीळच. दुसऱ्यांच्या व्यथा, वेदनांना स्वतःच्या काळजातील शब्दाचे औषध देणारा हा कवी म्हणजेच काव्यशास्त्राचा 'डॉक्टर' सहजच ठरतो आहे.

आत्मभान देणारी 'दंगल' ही कविता त्यातील शब्दकळा द्वारा विचारसन्मुख व्हायला लावते. इथे रुढलेली धार्मिक संस्कृती व त्यातील दुःखीभाव बाजूला सारण्यास्तव मन आग्रही होते. पावसातलं कवीचं मन निसर्गदैन्येला वेगवेगळया रूपात समोर आणतो. माणसाचं नातं, मन, स्वभाव अगदी पावसासारखं कसं आहे ते चपखल मनात भरवणारा कवी स्वतःला शेखचिल्लीची उपमाही देतो.

"भेटतीया रोजच

मला ठग वल्ली

परि मी शेखचिल्ली

पुन्हा पुन्हा" (५६)

पारापारावर चांगल्या, वाईटाची चर्चा करणारी माणसं, समंजस असूनही अशी पुन:पुन्हा मूर्खांसारखी का वागतात? का अशी जगतात? असा उपरोधिक सवाल कवीला पडतो. तेव्हा या प्रतिकात्मक काव्यातून स्व:जाणीव स्वकथनातून ते मांडतात. स्वतःच्या मनातून दुनियेच्या स्वभावाचे, मनातील धागेदोरे उलगडणारी ही कविता तेव्हा व्यक्तिगत स्वतःचीच भासते. वाचक त्यात तन्मय होतो.

आजच्या काळातील मुलीचे प्रेम हे आंधळे नसते; तर किती व्यावहारिक व डोळस असते यावर स्वतःच्या प्रेयसीला लिहिलेले पत्रकाव्य कवी सादर करतो. यात उपहास दिसून येतो. प्रेयसीच्या मनाच्या अवस्था, आजच्या व्यवस्थेतील तरुणाईची झालेली अवस्था, कुटुंब घडविण्याचे लागलेले डोहाळे, कवी समर्पकपणे मनोरंजनात्मक मांडतो. 'मान गये गुरु!' 'प्लीज, सखे मला माफ कर' (पृ.५८) ही अत्यंत महत्त्वाची दखल घ्यायला लावणारी कविता होय. प्रेमाच्या पिंजऱ्यात खुल्लमखुल्ला नाचणाऱ्या आजच्या पिढीला बोध देणारे हे प्रेमपत्र काव्य आहे.

खरंतर जगण्यासाठीचा हा जन्म आज अन्न, हवा, पाणी यातच धडपडत मरतोय. तेव्हा कवी पुन्हा 'पाणी' कविता साकारतो. पाण्यातून अख्खे प्रश्न डोळ्यासमोर उभे राहतात.

"डोळ्यात आज माझ्या मी आणू कुठून पाणी

दगडातून का कधी येते फुटून पाणी" (पृ.६०)

कवी दगडासारखं निर्जीव मन, निर्जीव वारा, निर्जीव जगणे काव्यातून सजीव करतो आहे. अगदी भेदक मारा करणारा कवी उद्याचा उष:काल, निवडणूक या कवितेतून मांडत आशावादी दिसतो. मध्यावधी निवडणुकीचे गाजर दाखवत तोंडाला पाणी पुसणारे पुढारी, पिल्लावळ निरखायला भाग पाडतो. भीक नाही मिळाली तरी निवडणूक आल्या की, चिवड्याच्या पुड्या, दारूचे टिल्लू याची आस

जी गरीब, सामान्य काही लोकात असते ती चपखल टिपत त्यांना आशावादी करीत "वेट ॲन्ड वॉच" ची भूमिका सांगतो. खरेतर हे या मानवी प्रवृत्तीवर विडंबन आहे. पण अशी प्रवृत्ती सुधारेल, कवी मात्र आभासी आशावादी आहे.

'येकच' ही कविता एकात्मतेची जाणीव देणारी सहज साधीसोपी मनात झिरपणारी कविता होय. जीवनाचे गुपीत 'कोडे' कवितेतून उलगडण्याचा कवीचा प्रयत्न, खरंतर पहिल्याच कवितासंग्रहात विविध विषय, आशय देणारा काव्यरचनांचा हा पाऊसच जणू. हा पाऊस या दुनियेला संयम, शांतता, आनंद देणारा नक्कीच आहे. उद्याची भूक भागवणारा आहे. एकंदरीत परिवर्तनाची मशाल हातात घेऊन रसिकासमक्ष उभी राहणारी ही कविता भावार्थानुरूप सुंदर तेवढीच अंतःकरणातून झिरपत मनाला कणखर बनवून जाते. या व्यवस्थेशी झुंजण्याचे बळ प्रदान करते. आत्मचिंतन करायला भाग पाडणारी, माणूसपण जागृत करून जगावे कसे? सांगणारी रसिकप्रिय कविता आहे.

कवी एक शेवटची कविता मांडतो. खरेतर ही कविता म्हणजेच कवीच्या मनातील आक्रंदन होय. कवी स्वतः स्वतःच्या कवितेचे मूल्य जाणतो. 'कवीने काय लिहावे आणि काय लिहू नये?' याची दखलही स्वतः घेतो. कवी रसिकांना म्हणतो, "कवितेला दिवस गेलेत. कुणीतरी अंधाऱ्या गल्लीत तिच्यावर केलाय सामूहिक बलात्कार... उद्या तिच्या गर्भातून नेमकं काय बाहेर पडणार याचीच वाट पाहतो मी. तोवर कृपया तुम्ही मला नवीन कवितेचा आग्रह धरू नका. मात्र जेव्हा ही कविता पुन्हा नव्याने प्रसवेल तेव्हा ती यापेक्षाही भेदक असेल." अशी स्वकबुली देणारा कवी खरंच आम्हाला काव्यप्रांतात नामनिराळा दिसतो आहे. याचमुळे तर त्यांच्या काव्याचा आस्वाद घेण्याचा प्रयत्न होय.

कवी तुकाराम महाराजांचा जागर घेऊन बुद्धाची विचारधारा जपत अगदी मातीशी नातं सांगतो. मराठा सेवा संघाच्या विचारधारेतील एक कार्यकर्ता होऊन वास्तव संघर्षाचे मोजमाप करतो. किशोर या कुव्यवस्थेशी लढायला तयार असणारा कार्यकर्ता आहे. हे काव्यरूपी दालन पुढे जगण्याची आस देत भूक भागवणारे नक्कीच आहे. म्हणून तर युगपुरुष पुरुषोत्तम खेडेकर साहेब अगदी मोठ्या मनाने किशोरची पाठ थोपटत शुभेच्छा देतात. एवढं प्रबलन मिळवणारा कवी, त्यांची कविता ताडामाडाच्या उंचीची वाटते आहे.

॰ॐ॰

२) दिवस निरुत्तर येतो :

> *"कितीही राबलं तरी गरीब, सामान्य जीवनात 'पळसाला पानं तीनच' राहिलीत. चौथं पान उगवलंच नाही. असा झाडीबोलीतील हा संवाद इथल्या प्रत्येक खेड्यापाड्यात अनेक मानवांच्या तोंडातून आम्ही हजारदा ऐकतो आहोत. हेच वाक्यार्थ आमच्याही जीवनात आम्ही अनुभवतो आहोत. काहीशी अशीच जगण्याप्रति असलेली आस व त्यातील भाषा या आमच्या प्रदेशातील वास्तव जगण्याची उमेद देते आहे. हे माणसाचं नैराश्य नसून ते जीवनातील धडपडीत व मिळालेल्या अपयशाचं फलित मांडणं होय. तसंच काहीसं किशोरच्या वास्तव जीवनातील जगणे व त्यांना साहित्याप्रति व्यक्त होताना आलेले नैराश्य वा अनुभव या संदर्भाने का असेना, त्यांच्या द्वितीय काव्यसंग्रहाचे नाव 'दिवस निरुत्तर येतो' असे आले असावे. मात्र यातील कविता ह्या आशावादी आहेत हे नक्की."*

प्रा. ज्ञानेश वाकुडकर सरांची अनुभवसंपन्न प्रस्तावना या संग्रहास लाभली असून ७९ कवितांचा समावेश यात आहे. २७ ऑक्टोबर २०१२ रोजी ज.तु.सा.प. चंद्रपूर यांचे द्वारा प्रकाशित झालेला, तेवढाच गर्भीत आशय असलेला वैचारिक संग्रह होय. सदर संग्रहात ४८ गजलांचा समावेश असून मुक्तछंदासह इतरही रचनाचा समावेश यात केल्याने विविधांगीपण जोपासल्या जाऊन रसिकांना वेगळीच काव्याची मेजवानी लाभली आहे.

कवीच्या पहिल्या व द्वितीय संग्रहातील प्रकाशनाचे अंतर आठ वर्षाचे आहे. कवीने पहिल्या संग्रहातील 'माझी शेवटची कविता' यातले संदर्भ बघू जाता स्वाभाविक कवीचे काव्यविषय गर्भातून संस्कारित होऊन चिऊ-काऊच्या गोष्टीपेक्षा पाऊस, पाणी, आभाळ, गाणी, चंद्र, तारे, निसर्ग, तेवढीच निंदनीय भ्रष्टाचारी, भ्रष्ट पुढारीपणाची झलक यापेक्षा वेगळेपण जपणारी कविता आहे.

कवी आता हातात मशाल ऐवजी बॉम्ब घेऊन उभा ठाकतो, कवी शब्दांचे सुरुंग स्फोट करण्यास सज्ज आहे. निपराधीच्या साहाय्याला धावून जाणारी, तेवढीच रानटी मनुष्याच्या ज्वालाग्रही जीवनातही आयुष्याला थंडगार सावली देणारी ही कविता भासते. या कुव्यवस्थेतील माणसांच्या ढिगाऱ्यात माणूसपणाचे झाड उगवणारी कविता शोभून दिसते. खरंच किशोरच्या कवितेचं आता वटवृक्ष झालेलं भासतं आहे.

कवी महत्त्वाकांक्षी आहे. "असो पायथ्याशी घर डोंगराच्या, नदी अंगणातून माझ्या वळावी." (पृ. १५) कवी गजलेतून विभिन्न प्रकारे स्वमनातून संवादी होतो. तो प्रवक्ता म्हणून समोर येतो. कवितेतून अनेकार्थ, सूचनक्षमता मिळतात. यामुळे रसिकही सैरभैर होऊन विचारप्रवृत्त होतो. किशोरची शब्दकळा वाचकांना अगदी समिपतेची वाटते आहे. ती कुणालाही भिन्न वाटत नाही की गूढ होऊन वलये निर्माण करीत नाही. त्यांच्या काव्याचे सौंदर्य तर आता बरेचसे फुललेले दिसून येतात. लग्नाच्या बोहल्यावरील नववधूचं शृंगार जेवढं विलोभनीय, तेवढीच त्यांची कविता सर्वांना मनमोहक धुंद करणारी आहे. काळजात झिरपून बेचैनता वाढवणारी आहे.

"आयुष्य पेटले आणिक पेटून राख झाले
भूक बाजिंदी विझता नाही विझत साली." (पृ. १६)
"भोगता आहा तुम्ही जी राजसत्ता
मी खरा आहे, तिचा हकदार भाऊ." (पृ. १७)

कवीची आर्त चीड आता प्रचंड वाढलेली आहे. पोटाची भूकच नाही तर या व्यवस्थेत निर्माण झालेले जगण्यातील अडसर यावर कवी 'साली' या उपरोधिक शिवीने समोर येतो. खरंतर वर्णव्यवस्था, विषमता, भेदाभेद यावरून अनेक कवींच्या कवितेतून चीड दिसून येत मुक्तपणे शिवी हासडल्या जाते. रसिकांनी अनंत कविता रसग्रहण केलेल्या आहेत. ते सारेकाही वास्तव लेखन समोर येते तेव्हा खरंतर ते आपलंसं होतं. मात्र किशोरची कविता माणुसकी विचारांचा वारसा जपणारी नक्कीच आहे. म्हणूनच कदाचित चीड निर्माण होऊन किशोर याप्रमाणे व्यक्त झाला आहे. यात वावगं ते काय? फक्त मोरपिसांचा देखावा दाखवून भुलवणारी सौंदर्यांकित कविता त्यांची नाही, तर ढुंगणावरची लक्तरे दाखवून त्यांना वस्त्र परिधान करीत समाज मनाला, राष्ट्राला त्रिवार वंदन करणारी त्याची कविता साहाजिकच वाटते आहे आणि याचमुळे इथल्या 'पांढऱ्या बगळ्यांना' उपरोधिक सवाल करीत आपल्या हक्काची फिर्याद मांडून जाते. मात्र या दशकात तर या पांढऱ्या बगळ्यांनी 'खोके आणि ओके' शब्दाला फारच अर्थ आणून आपल्या गलिच्छ राजकारणाचा कळस गाठला आहे. पुढे चालून यावर पर्याय उपलब्ध होईल, नव्हे होणारच! असा आशावाद बाळगून "एवढ्यातच संपलो समजू नका मी, भोवती तुमच्या सदा असणार भाऊ!" असा मार्मिक एल्गार पेरतो. (पृ. १७)

किशोरच्या कुठल्या कवितेचे कसे नि किती आशय विशद करावे? हांच प्रश्न. कवी स्वतःच सांगतो आहे, "लोकलसारखी दर दीड-दोन मिनिटांनी त्यांच्या मनाच्या पटलावर कविता येते." किशोरचं मन म्हणजे मुक्त कवितेचं विद्यापीठ

होय. औपचारिक शिक्षणातील विद्यापीठात झिजवलेल्या पंधरा-वीस वर्षातील कालखंडापेक्षा कवीचे विद्यापीठ अगदी या अनौपचारिक शिक्षणातून (कवितेतून) अख्खं माणूसपण जन्माला घालतो. मुळातच हे सारंकाही प्रामाणिकपणा यावर अवलंबून आहे.

शब्दांचा भापटपसारा आणि अर्थाचा बेगडीपणा किशोरला मुद्दाम मान्य नाही. तुकाराम महाराजांना न स्वीकारणारी ही जाणती लोकं मुगलांना खरंच स्वीकारणार? खरेतर कवी मुगल आहेत, ते इतिहासातील 'शासक मुघल' नाहीत याची जाणीव सगळ्यांना आहे. म्हणूनच त्यांची कविता सर्वांनी स्वीकारली आहे.

किशोरच्या कवितेत अस्वस्थता जाणवते. मनात कोलाहल माजतो आहे. किशोर कितीसारे प्रश्न घेऊन उभा राहतो. चांगलं काय? वाईट काय? यावर भाष्य करतो. बालपणी असलेलं प्रामाणिक मन आणि तरुण झाल्यावर खोटारडं वागणं यातील भेद ओळखायला लावणारी 'शाश्वत' ही कविता (पृ.२२) रोजच्या आयुष्यावर मित्राशी संवाद साधणारी गझल, मनातील भीती घालवण्यास्तव काव्यातून, गजलेतून मांडलेले संदर्भ 'रावण' या व्यक्तीविशेषणाला ओळखण्यास भाग पाडणारी तेवढेच 'हरण आणि वस्त्रहरण' या शब्दातील बोलके विश्लेषण मांडणारी ही कविता (पृ.२७) बापलेकांचे बोलीभाषेतील संवादकाव्य तर माणुसकीच्या वाती चेतवणारे आहे.

"तसं तं राजा अशा लोकशाहीचं ह्या जगात काहीच काम नसते

पण अशा लोकशाहीनेच ही दुनिया चालत असते." (पृ.२९)

खरंतर ज्याला लोकशाही म्हणावं ती लोकशाही इथे कुठेतरी अनुभवादाखल दिसते काय? हा कवीला उपरोधिक पडलेला सवाल आहे. किशोर जीवनाचं गणित साध्य होण्यास भटकंती करणारा एक काव्यप्रवासी आहे. मात्र कवी एवढा सारा प्रवास करूनही उत्तराविना असमाधानी राहतो.

सदर काव्यसंग्रहात अनेक गझलांचा समावेश आहे. यात उत्तम विचारांची मांडणी करीत मतला, शेर आलेले आहेत. किशोर गझलेतील मंथितार्थ बरेचदा एकाच विषयाला मध्यवर्ती स्थान देत साकारते आहे. त्यामुळे नाममात्र उणिवा वगळता त्यांची गझल आपलीशी वाटते. अगदी सोपे शब्द, त्यातील वापरलेले उदाहरण संदर्भ हे अंतरंगात ठाण मांडून बसतात. यात "जिंदगानी केवढी हल्ल्या मागून, हा रेशमी अंधार, मी सुंदर आहे, सांज होता दार, ये जरा तू, एक केली, हाय कैसी..., अंधारल्या दिशांनी..." अशा अनेक गझला मनाला भुरळ घालतात.

"एका बैलाच्या डायरीतून" कवी काव्यात्मक 'वृषभ' कथन मांडतो. शेतकरी, कष्टकरी जीवनातील जू, बंडी, भेजाचं, इचिन, सायाचं, बांड, उंडाच्याचे असे अनेक

बोलीभाषेतील लुप्त शब्द व त्यातील काव्यात्मक लय साधत काव्यात डोकावतात. खरेतर ही कविता पिचलेल्या दुःखीकष्टी, शोषित व्यवस्थेतील मानवांचे स्वकथन होय. कवितेतील अन्वयार्थ हा सहज वेगळाच उठून दिसतो.

काल काय खाण्यात आलं ईचिन कोण जाने

निर्राss पतली हागोन लागली

कोनी ध्यान बी देत नाही

'काय जिनं हाय सायाचं ह्यट तिच्या मारी' (पृ.३५)

मानवी वृत्ती, प्रवृत्तीतील नेमकेपण टिपणारी या व्यवस्थेतील वास्तव चीड 'सायाचं, हरामखोर, गोमाश्या,' या शब्दाने व्यक्त करणारी ही विद्रोही कविता आहे.

कवी कधी तुकाराम महाराजांचे वारस होऊन महागाईचा अभंग गातात तर कधी स्वतः सखी होऊन स्वतःच्या सौंदर्याची वास्तव भूमिका मांडतात. खरेतर स्त्री भावनात्मक ही कविता सौंदर्यवादी होते. मनाला भिडते. कवीचा मुक्तछंद तर अप्रतिम आहे. त्यातील काव्यकल्पना कल्पनेच्या पलीकडील झंझावात होऊन येतात. अण्वस्त्र, अस्तित्व, मले हाका देजो, पाऊस, देहाचा अभंग, प्रतीक्षा, अशा काही कविता बघू जाता कवी अनेक विषयात तुडूंब गुंतून स्वचिंतन करीत रसिकांना अचंबित करतो. 'मले हाका देजो' ही बापाची व्यथा टिपणारे चिंतनकाव्य आहे. किशोर आपल्या काव्यसंग्रहातून नवरसांचा मेळ साधतो. यातही कारुण्य आणि हास्य हा कवीचा स्थायीभाव दिसून येतो. बोलीभाषेची लय सांभाळणारा कवी इंग्रजी भाषेतील शब्दांचाही वापर करीत अर्थसाध्यता मिळवितो आहे. तसे पाहता किशोरने अनेक हिंदी गझल, काव्य लिहिले आहे. उर्दू भाषेमध्ये शब्दाचा दांडगा अभ्यासही त्यांना आहे. वऱ्हाडीबोली, झाडीबोली, हिंदी, इंग्रजी, प्रमाण मराठी यातून शब्दाची लय साध्य करणारा तरबेज कवी असल्याचेही जाणवते.

"रूप न्याहाळीता माहे, माही मीच होते दंग

काल शिवलेली चोयी, आज कशी झाली तंग" (पृ.५०)

किशोरची ही बोलीभाषेतील शृंगार रसातील कविता 'देहाचा अभंग' या नावाने अगदी मिश्किलपणे समोर येते. खरंतर या कवितेचे नावही शृंगारानेच सजलेले आहे. मात्र त्यातील अध्यात्म भावयुक्त अभंग काव्यप्रकार नावीन्यतेगत बघावयास मिळतो. खरंतर कवी काव्यदालनात रमताना अगदी चित्रकाराप्रमाणे लिन झालेला दिसून येतो. म्हणूनच काव्यप्रांतात काहीतरी नवे बदल, प्रायोगिक कृती, सखोल चिंतन, विचारशैली, कल्पक दृष्टी असलेला हा कवी आहे. 'तू-मी' (पृ.७६) वरील 'तुही काया चांदण्याची, तुहे चंदनाचे ओठ' हे शृंगारकाव्यही याच

तोडीचे, दखल घ्यायला लावणारे आहे.

"एका एका थेंबासाठी, फिरतो मी रानोमाळ

किती किती उपसावा, खोल डोळ्यातील गाळ" (पृ.६०)

किशोरची शब्दसहल काही औरच आहे. कवीच्या मनातील पाऊस, खोल डोळ्यातील गाळ भासतो. कवी कितीतरी प्रतिकात्मक शब्दांना नव्या चक्षूतून बघतो. त्यातील गर्भीत भाव रसिकांना सुखावून जातो. मनाची अस्मिता व तिचे प्रतीक म्हणून ही कविता मार्मिक होते. कवीचे एवढे उदात्त समर्पण, भावना ही गणमान्य कवीच्या काव्याची आठवण करून देणारी आहे.

कवीचे "झोलाझेंडी" काव्यसदर खूप प्रसिद्ध पावले आहे. झोलाझेंडी हा बोलीभाषेतील एक रूढ शब्द असून 'खोटारडे वागणारा व्यक्ती, बनावटी जीवन जगणाऱ्या व्यक्तीने केलेली कृतियुक्त फसवणूक या अर्थाने त्या कृतीला 'झोलाझेंडी' असा अर्थ अभिप्रेत आहे.

"मकान, वाडी, बंगला, गाडी राजेशाही थाट सगळे

अन् काम धंदा म्हणावं तर त्याहीचा फकस्त 'झोलाझेंडी' रेss" (पृ. ६५)

उपरोक्त झोलाझेंडी काव्ययुक्त गझल रूपाने मांडताना कवीने केलेल्या प्रत्येक घटना, प्रसंगाचे वर्णन कथात्मकता लाभून काव्यमय झाले आहे. या काव्यातील लय आणि रसग्रहणता किती-किती मनाला सुखद करते हे अवर्णनीय आहे.

'घर एक घरघर' या कवितेतून तर समृद्ध, सुखी, आनंदी घरातील दुःख अगदी चपखल टिपण्याची शैली वाखाणण्याजोगी झाली आहे. कधी कवी पाण्याचे अभंग गातो, तर कधी सभोवतालचा माणूस माणसांनाच कसा लुबाडतो हे मर्मज्ञान चपखल शब्दात मांडतो. 'पीकांनीच या कापली माणसे' (पृ. ७९) पुढाऱ्याचे दौरे, त्यातील धावपळ बघताना त्यातून पिचल्या जाणारा मजूर दारूच्या गुत्यावर त्यांची माय बहीण कशी घेतात? हे काव्यात टिपताना हातात सत्ता, पद आहे म्हणून वरवर मिळणारा मानसन्मान किती खोटारडा असतो याची या पद सत्ताधाऱ्यांना दखल घ्यावयास भाग पाडणारी ही कविता होय.

खरंतर माणसाचं जीवनच यांत्रिक झालं आहे. आताचे जीवन कारखान्यागत धडपडत, धडधडत राहते आहे. मात्र उद्याच्या आशेवर जगणारी ही यांत्रिकता कधी ठप्प पडेल याची शाश्वती नाही. या बाबींची भविष्यात्मक दखल घ्यायला लावणारी कविता, अस्वस्थ वर्तमान जीवनाला अगदी भेदक होऊन अधोरेखित करते आहे. (पृ. ७४)

'नोंदी जगतानाच्या... काही मनाच्या... काही मेंदूच्या.' या शीर्षकांतर्गत ४५ कडव्यांचे मुक्तकाव्य आत्ममग्न होऊन कवीने लिहिलेले आहे. कवी स्वतःचे आयुष्य जगताना आलेले भेदक अनुभव मनमेंदूत भरून ठेवतो. जणू ह्या आठवणी म्हणजेच त्यांची दैनंदिन रोजनिशी काव्यातून उमलते आहे. यात कवी स्वतःचे मन, मित्र, नातलग, आपलं घर, निसर्ग, परिसर, गाव, देश, त्यातील जातीधर्म, चौफेर असलेला भ्रष्टाचार, महागाई, भोंदूगिरी अशा दैनंदिन जीवनातील खटकणाऱ्या, नाडवणाऱ्या गोष्टींच्या नोंदी आहेत. खरंच यावरही काव्य साकारता येतं काय? हा प्रश्न असेल. खरंतर कवीचं हे दीर्घकाव्य होय. वाटतं, कवीने पुन्हा यात भर घातली असती तर एक महत्त्वपूर्ण वैचारिक वेगळा दीर्घ काव्यसंग्रह रसिकांसमोर आला असता. कवीचे मन विशाल समाजाचे भाव बघत समाजहित साध्य करण्यास्तव धडपडणारे असल्याने भावी कालखंडात दीर्घ काव्याऐवजी महाकाव्य प्रसवावे ही अपेक्षा मनी बाळगूया.

"तू गेल्यावर आभाळातून... बरसू लागली शाही
तू गेल्यावर प्रत्येक शब्द... तुझीच कविता आई" (पृ. ७९, तू गेल्यावर)

किशोरला खरंतर कवितेने तत्त्वज्ञान दिले. यामुळे जगण्याचे भान उमजले असे ते मान्य करीत अंतिम ओळीत वास्तव सत्य विशद करतो, ते म्हणजे आईचे महात्म्य.

कवीच्या काव्याचे कुळ व मूळ त्यांची 'आई' आहे. हीच आई कधी जननी बनून, कधी माता, कधी धरती, कधी निसर्ग तर कधी समाजातील विविध विषयाचे स्वरूप घेत या विशाल शब्दसागरात शाईचे द्योतक होते. किशोरच्या या हळव्या मनाच्या झुरण्यातून, हळहळपणातून कवीचा दिवस निरुत्तर येतो आहे असे वाटणे स्वाभाविक आहे. एकंदरीत हळवेपण देणारी ही किशोरची भेदक तेवढीच ही तरल कविता होय.

"एक केली चूक मी
घेतली बंदूक मी
चूल आता पेटते
जाळतो बघ भूक मी" (पृ.५५)

काळासोबत चालताना जगणं असाह्य होतं तेव्हा ज्या हातात लेखणी आहे, ज्ञान आहे, जिथे बुद्धाचा विचार आहे, त्या देशातील मातीत कंसातून लाखो दाणे पिकवणारा शेतकरी, विद्यार्थी, सामान्य माणूस, कष्टकरी, शोषित, पिडीत अशा कितीतरी हातात हिंसेची जाणीव निर्माण होत असेल तर यात दोष कुणाचा? स्वातंत्र्याचा अमृत महोत्सव गाठणारा इथला मानव पोटाच्या भुकेसाठी

अद्यापही वनवन भटकतो आहे. तेव्हा कवी अगदी उग्र होतो. गजलेतून इथली विषमता किती मार्मिकपणे व्यक्त करतो आहे. कवीची ही गझल, त्यातील भावार्थ मनाला झोंबून जातो आहे. यावर कसे व्यक्त व्हावे?

"नित्य आसवांचा काळ
सारी भकासली शेते
झाडावर लटकलेली
ऊन पावसाची प्रेते" (पृ.५४)

"काळासोबतची पैज
मी काळाच्याही पुढे
माझ्या खांद्यावर तरी
माझ्या काळाचेच मढे" (पृ.५४)

वैज्ञानिक प्रगतीला कुठला अर्थ उरला आहे? अद्यापही इथे ऊनपावसात राबणाऱ्या कष्टकऱ्यांची प्रेते इथली राजकीय शान होते आहे. शहिदाचे संपणे इथे आव्हान देते आहे. काळाला लाथ मारून पाणी काढणारा माणूस, आपल्याच काळावर मढे ओढवतो आहे. किती भकास जीवनाच्या गाथा. इथे पोलिस, वकील, डॉक्टर ही सेवा जेव्हा या देशातून हद्दपार होईल, तेव्हा खरेतर इथला मानव सर्व सुखसंपन्न, समाधानी झाला असेल, होऊ शकेल. (गुन्हेगारी प्रवृत्ती संपलेली, न्यायाचे राज्य आलेले, रोगमुक्तता संपलेली.) पण आता हे कदापि शक्य नाही. कवी किती अंतर्मुख व्हायला लावतो. साध्या शब्दातून क्रांती पेरणारा, शांत, संयमाची हाक देणारा, दुनियेच्या भल्याचे हित जोपासणारा मानव इथे नांदावा हे कवीच्या लेखनातील मर्म आहे.

कवी सैरभैर विचार प्रवाहित होतो. सूर्य विझून गेला की ह्या कवितेला कुठला अर्थ उरेल? कविता म्हणजेच जीवन, याबाबत वापरलेली प्रतिमा किती भेदक आहे. मंदिराच्या पायरीवरून चोरलेल्या चपलेमुळे देवळात जाणं विसरणं हे किती विस्मयकारक जीवन आहे. घराघरात असणाऱ्या आजच्या टी.व्ही.ने जीवन व्यापून टाकले आहे. 'माणसाच्या मेंदूचा आता टी.व्ही. झालाय.' फसव्या जाहिरातींनी स्वतःच्या स्वार्थात, हव्यासात या दुनियेला बाहुपाशात ओढणारी विविध चॅनल, आता फक्त करमणूक तेवढाच भाग उरला आहे. हा तर खरा व्यवसाय झाला आहे. किती किती प्रश्न?

"लागले देशोधडीला पिणारे इथे
पाजणारा बांधतो बंगला यार हो!" (पृ, ८६)

किती उपहासात्मक, बोधात्मक हे काव्य आहे. त्यातला गर्भितार्थ कुठल्या जाणिवा पेरतो. समज असूनही आम्ही असमंजस वागणारी माणसं, तेव्हा गुरुदत्त जनबंधू या कवीची अलगद चारोळी आठवून जाते आहे. "गावकुसावर राम मंदिर, घरामागे रामायण ग्लास, गुरुजन म्हणती यांना, हाय क्लास हाय क्लास." किती भेदक विश्लेषण, जीवनात निरुपयोगी, अनावश्यक वस्तूचे कारखाने नकोत. त्याचे उत्पादन नकोच नको. मात्र इकडे दारूचे कारखाने काढायचे आणि इथल्या व्यवस्थेला शारीरिक, आर्थिक, मानसिकरित्या अधू करायचा हा डाव आहे. बंदी करायची ती गावापुरती... प्लास्टिक, तंबाखू, मद्य कारखाने सुरूच राहणार, फक्त विक्रीला बंदी, अजब निर्णय, अजब ही यंत्रणा. ही राजकीय दुकानदारी आहे. कमी वेळात गलेलठ्ठ होण्याचा हा मार्ग होय. जीवनभर काबाडकष्ट करणारा श्रमिक इथे दिवसभरातील प्रश्न समस्या सुटाव्यात, मेंदू शांत राहावे म्हणून थोडीथोडी पीत जीवनातून संपतो आहे. पर्यायाने कुटुंब संपते, पर्यायी जगण्याचा अप्रत्यक्ष अधिकार नाकारलेली ही आधुनिक संस्कृती फक्त श्रीमंत-गरीब या भेदभेदात संपते आहे. तर कधी धर्म, वर्ण, जातपात यात एकमेकांना भिडवत संपणार आहे. एवढे नक्की! कवी अनंत विचारांची मांडणी काव्यात करतो आहे. मात्र कवी कदापिही यावर अंतिम ध्येय गाठू शकणार नाही. हे पक्के ठाऊक आहे म्हणूनच या संग्रहाचे नाव "दिवस निरुत्तर येतो" हे समर्पक वाटते आहे. अखेर मलपृष्ठावरील त्यांची एक कविता वाचून विचारप्रवृत्त होऊया.

"दिवस निरुत्तर येतो आणि निघून जातो
प्रश्न उशाला ठेवून मीही निजून जातो
असे नाही की जाळ आतला शांत आहे
पेटण्याआधी का बरे मग विझून जातो"

☙

३) कालिंदीच्या डोहातून :

"'कालिंदीच्या डोहातून' किशोर मुगल यांचा तिसरा काव्यसंग्रह ७ नोव्हेंबर २०१७ ला संवेदना प्रकाशन, नागपूर द्वारा अगदी देखण्या रूपात प्रकाशित झालेला आहे. सदर संग्रह १६० पृष्ठांचा असून मुक्तछंदातील ३५ कविता, 'काही सुचत नव्हतं म्हणून...' या शीर्षकांतर्गत ३१ कविता समाविष्ट आहेत. यात काही अष्टाक्षरी

काव्यप्रकारातील कवितांचाही समावेश आहे. 'सगळं काही कळत असून सुद्धा!' या शीर्षकांतर्गत ३२ मुक्तछंदातील कविता असून त्यात ११ क्षणिकांचा समावेश आहे. 'काही चुका गुलाबी' यात ९, अभंग या प्रकारात २०, याप्रमाणे एकूण १३८ कवितांचा समावेश असलेला हा कवितासंग्रह होय. मात्र यात कवीने गझल काव्यप्रकाराला कुठलेही स्थान दिलेले नाही. डॉ. आ. ह. साळुंखे सर प्रसिद्ध विचारवंत यांच्या सदिच्छा लाभलेल्या संग्रहाला कुण्याही गणमान्य साहित्यिकाची प्रस्तावना नाही. "

"ज्यांनी-ज्यांनी मला या डोहापर्यंत आणून सोडलं, त्या सर्वांना..." ही अर्पण पत्रिका असून, किशोरला झालेल्या जुळ्या मुलींचे छायाचित्र व त्यावरून बोलकी झालेली एक कविता विचार व्यक्त करायला लावणारी आहे.

"किशोर काही वर्षांपूर्वी होतकरू कवी आहे असं वाटत होतं, परंतु त्याने खूप पुढचा पल्ला गाठला आहे. हे त्या तीन-चार दिवसात त्याच्या गझल, शेर इत्यादी प्रकारच्या विविध कविता त्याच्या तोंडून ऐकताना जाणवलं. आता तो अनेक दृष्टीने परिपक्व झाला आहे. निरीक्षण शक्ती, चिंतनशीलता, अनुभव आणि हे सर्व काही नेमक्या आणि प्रभावी शब्दात मांडण्याची क्षमता या गुणामुळे त्याचं काव्य प्रभावी बनलं आहे. काही वचनं तर काळजाला चटकाही लावतात आणि विचार करायला प्रवृत्त करतात." (संदर्भ पृ.६ कालिंदीच्या डोहातून, सदिच्छा डॉ. आ. ह. साळुंखे दि. २ ऑक्टोंबर २०१४)

प्रसिद्ध विचारवंत साळुंखे सरांची सदिच्छा बघू जाता आता नेमका आठ वर्षाहून अधिक कालखंड समोर आला आहे. किशोर सातत्याने कवितेच्या प्रदेशात मनाने गुंतून रममाण होत राहतो, आपल्या कल्पकदृष्टींनी तो जगाकडे वेगवेगळ्या चक्षुतून बघतो. त्यामुळे त्यांचं काव्य हे बरंच समोर जात गनमान्य कवींच्या रांगेत स्थान मिळाले आहे.

'कालिंदीच्या डोहातून' हे काव्यसंग्रहाला दिलेले गूढ शीर्षक आहे, खरंतर किशोरची कविता मुक्तछंदात असली तरी भावार्थरूप आता बरीच गूढ झाल्याचे दिसून येते. साधे व्यवहारातील शब्द मात्र त्यातील अर्थभाव हा कधी द्विरुक्ती साध्य करणारा तर एकाच नजरेतून कविता न बघता जेवढं उकलावं तेवढं कवितेत वेगवेगळ्या भावनांना घेऊन रसिक गुंतत जातो.

कालिंदी हे नाव पौराणिक असून श्रीकृष्णाच्या आठ पत्नी रुक्मिणी, जामवंती, सत्यभामा, कालिंदी, बिंदा, सत्या, भद्रा, लक्ष्मणा यापैकी एक आहे. या नावाला,

पात्रालाही तसा इतिहास आहे. कालिंदी ही सूर्यपुत्री होती. ती स्वतः कृष्णाशी विवाह करण्यास पांडव वनामध्ये तप करत होती. अर्जुनाकडून संमती घेत तिने कृष्णाशी गांधर्व विवाह केला. तद्वतच कालिंदी पर्वतातून निघणारी यमुना नदी त्यातील खोल-खोल डोह... या अर्थी हे नाव आलेले आहे. मात्र कवी डोह म्हणजे मनातील संवेदना, दुःख या अर्थाने समोर जातो आहे. किशोर संवेदनशील मनातून, भावनेतून, विचारातून जागृत होऊन आपली कविता समोर ठेवतो आहे, एकच आशय, विषयाचे वेगवेगळे पैलू समोर ठेवणारी ही अत्यंत सुंदर गर्भीत कविता होय. सूक्ष्म नोंदी, परखड विचार, अभिव्यक्ती हे या काव्यसंग्रहाचे वैशिष्ट्य होय.

किशोरची विचारधारा ही पुरोगामी चळवळीशी नाते सांगणारी आहे. यामुळे सुखदुःखाच्या आलेखाच्या नोंदी गौतम बुद्ध, तुकाराम महाराज, म. फुले, राजर्षी शाहू महाराज, डॉ. बाबासाहेब आंबेडकर यांच्या विचारांना समर्पित होत असल्याचे ठळक दिसून येते. कवी नुसता कविता खरडत बसत नाही तर तो प्रबोधन यात्री होत जनकल्याणार्थ मन जागृत ठेवून, कार्यकर्ता बनून वागतो, जगतो, लिहितो. आपल्या शब्दकुंचल्यातून माणसं जोडतो. तेवढंच विचारांची नाळ घट्ट रुजवताना दिसतो. एका श्रमकरी, दुःखी, कष्टी, शेतकरी, इथल्या सामान्य भरडल्या जाणाऱ्या जनमंडळीचे प्रतिनिधित्व करणारी त्यांची कविता होय.

"आता एकच कर...
तू तुझ्यातील कृष्णाला कर तडीपार
मी सुद्धा लावतो बंदोबस्त
माझ्यातील राधेचा
अन् होतो समाधीस्थ
कालिंदीच्या डोहात" (पृ. ७)

कवीचे मन एकांतवास शोधत कातरवेळी विचारप्रवृत्त होते. गूढ विचार, सैरभैर मन, पौराणिक संदर्भ शोधत आजच्या जीवनाशी साधर्म्य साधत जीवनातील प्राक्कथा कवितेतून मांडतो. कितीही गडद गूढ भाव उकलता उकलेना, कवी समाधीस्थ होतो. तो कालिंदीच्या डोहात. अख्खा ऐतिहासिक पट उलगडत दुःखाचे मूळ कारण तृष्णा असून, नीतीचा विकास साध्य करणे म्हणजेच दुःख निरोध होय. नीती आचरणाने विशिष्ट उद्दिष्टापर्यंत पोहोचता येते, याकरिता सम्यक दृष्टी, संकल्प, वाणी, कर्म, उपजीविका, व्यायाम, समृद्धी, समाधी या अष्टांगिक मार्गाचा अवलंब करीत तृष्णेवर प्रभुत्व मिळवले म्हणजे आजच्या जीवनाचे कल्याण साध्य करता येईल. मानवी जीवनात आलेले अस्थैर्य तृष्णा, द्वेष, अहंकार व अविद्या या अडथळ्यांना दूर सारल्याशिवाय जीवनाचा मार्ग मिळणे

कठीणच. तेव्हा कवी एकच गोष्ट सांगतोय, "समाधीस्थ व्हावं लागेल कालिंदीच्या डोहात, खरंतर या संग्रहातील कविता ह्या अशाच आहेत. अगदी रसिकांना समाधी लावणाऱ्या...

कवी कवितेला जन्माला घालतो तेव्हा तो काय प्रसववेदना भोगतो? हे त्यालाच ठाऊक.

"कवितेने राहू नये मिंधे... कुणाचेही

राहावे कायम चिरतरुण

येऊच नये वार्धक्य... कवितेला...

माझ्या... तुझ्या... अगदी कुणाच्याही" (पृ.९)

किशोर, कविता अनादी काळापर्यंत चीरतरुण होऊन दरवळत राहावी एवढी मनातून काळजी घेणारा कवी आहे. त्यांची कविता कशी आहे? याचे मूल्यमापन करणे, त्यावर भाष्य करणे म्हणजेच आकाशाला कवठाळणे होय. किशोर कधी कवितेच्या देहाला सखीगत आभासी होत गोंजारत राहतो. प्रणयधुंद रात्रीच्या मिलन प्रसंगीचं पती-पत्नीचं नातं रेखाटताना काळीज चिरून भेदक होणारं स्त्रीचं मन हाताळणारा कवी एखादा दुसराच असेल. (पृ.११)

'ती कविता लिहिते' (पृ.१२ ते १४) ही कविता चार भिंतीच्या आड बंदिस्त स्त्री जीवनाचा होणारा कोंडमारा विशद करणारी वास्तव कविता होय. कारण या कवितेतील कथासूत्र, उपहास अगदी एका नवोदित विवाहित स्त्री कवयित्रीशी घडल्याचे आम्ही अनुभवले आहे. अशाच एका कवयित्रीने आपल्या संसारातील आपबीती आम्हाला सांगितली. तिचे चार भिंतीतील असाह्य जगणे, संमेलन कार्यक्रमात चारचौघात जाण्याची बंदी, संशय यातून घरात होणारी भांडणे, दोन मनाची अस्वस्थता, किशोरची कविता वाचून सारंकाही डोळ्यासमोर उभं राहिलं मात्र आम्ही जे कवितेत मांडू शकलो नाही ते किशोरने अनुभवातून अगदी बेधडक मांडले आहे. किशोरची कविता कथासूत्र जपणारी बोलकी, वास्तववादी कविता होय. हे कवितेचे फार मोठे वैशिष्ट्य त्यांच्या काव्यात दिसून येते. यासाठी किशोरच्या मनात कवितेविषयी असणारी ओढ, प्रीती, आत्ममग्नता, ध्यानस्थपणा, विचारप्रवृत्तता सखोल, खोल-खोल कालिंदीच्या डोहागत असल्याचाच हा पुरावा नव्हे काय?

किशोर स्त्रीमनातील बांगड्याचे संदर्भ मांडतो. काय वर्णावी ही कविता? कवीचा शब्दसाज, मांडणी, अंतःकरणाला भेदणारी, पुरुष कवीने स्त्रीचे मन समजून घेत स्वतः स्त्रीत्व स्वीकारणं, स्त्री मनाच्या आर्त हाकरुपी कविता प्रसवणे ही अत्यंत कठीण बाब होय. मात्र किशोरचा अगदी यात हातखंडा आहे. कवी

अनुभवसंपन्न असल्याचे दिसून येते. कदाचित स्त्री मनाच्या भेदक किंकाळ्यांना सुस्वर देणारा किशोर आमच्या विदर्भातला एकमेव कवी असावा.

कवीचं विषण्ण मन, 'काळजाचं आभाळ फाटल्याचा, अन् आभाळाचा डोळा आटल्याचा' अशा काव्यप्रतिमा वापरून दुःखाचा टाहो विशद करतो. कवीमन लगेच आसवांच्या तळ्याचे सिंचन करायला सांगतो. मात्र "गंध फुलांची बाजारपेठ सजवू नकोस." हा भेसूर स्वर किती जड अंतःकरणाने कवितेत वापरतोय. खरेच! कविता प्रसवताना कवीच्या हृदयाची स्पंदने, भाव, लय काय असेल? याचा विचार येतो. रसिकांना सुन्न करणारी शब्दफुले खरंतर कवीची मुक्तछंद कविता ही दैनंदिन जीवनाशी अनेक पात्र, घटना, प्रसंगाची रोजनिशी होय. यावर अर्थाभिव्यक्ती मांडणे म्हणजे कितीतरी पृष्ठांचा हा दस्तावेज होईल. आपण स्वतःहून त्यात रममाण होऊया!

कवीला "चल मी आहे तुझ्या सोबतीला..." असं सहज उद्गारणारी सखी हवी आहे. असा रसिकांना नुसता आभास होत असेलही पण कवी प्रेमकाव्यात न गुंतता त्यातून विश्वासाचे अतूट नातं जुडावं ही कल्पना वापरत इथे कुटुंबातील सुख समाधानाचे सहज सोपे मार्ग अलगद व्यक्त करून जातो आहे. खरंच, स्त्री मनाच्या अनंत भावनांना जपत तिचं मन स्वःअंतरंगातून उलगडणारी ही कविता होय. यात कवी अगदी सहज संवादमयी होत अनंत निसर्ग प्रतिमांना साकारत आयुष्याचे गणित आणि स्वः असा विचार करायला भाग पाडतो आहे.

किशोर विचार तपस्वी आहे. त्यांचा जीवनाकडे बघण्याचा दृष्टिकोन सामाजिक अंगाने फारच कनवाळू, दयाळू आहे. समाजचिंतनातून त्यांची कविता अगदी नववधूच्या आगमनासारखी भासते. प्रत्येक पृष्ठावर त्यांची कविता नावीन्यता, तरलता, नाजूकता घेऊन येते. खरंतर आजवरच्या काव्यरचनेतील विषयाच्या भावगर्दीत स्वतंत्र बाणा घेऊन येणारी ही कविता होय. ही साधी शैली नव्हे! कवीची स्वतंत्र विचारसरणी ही प्रगल्भ कवितेची जाणीव होय. अगदी तरुणाई पासून वार्धक्याला गहिवरणारी ही कविता होय. कवीची कविता ही कागदावर बंदिस्त होत नसून ती अवतीभवती सर्वत्र असणारी शब्दशृंखला आहे.

किशोर जणू कविता लिहिताना स्थितप्रज्ञ होतो. म्हणूनच एक सर्जनशील कविता समोर येते आहे. किशोरची कविता स्थान, मान, सन्मान यापलीकडील क्षितिजे गाठलेली ही कविता होय असे सहजच वाटते.

किशोर संग्रहातील विभिन्न कवितात कालिंदीच्या डोहासमोर बैठक मारून स्वतःचे मन उलगडतो. सखीच्या आठवणी गोंजारतो. वृक्षांशी लडिवाळ होत आपलं अस्तित्व शोधू पाहतो. भावनांचा बंद उलगडतो. या आणि अशाच कविता

या संग्रहात आहे. या संग्रहाचे एक वैशिष्ट्य म्हणजे कवीची समाधीस्थ अवस्था. यमुनाकाठी कालिंदीच्या डोहासमोर भटकताना मनात येणारे अनंत भाव कवितांच्या माध्यमातून यात मांडलेले आहेत.

कवीला काहीही सुचत नाही तेव्हा मन अगदी खिन्न उदास होऊन या निसर्गाला न्याहाळतो. मनात अनंत भावनांचा कल्लोळ एकत्र होतो तेव्हा 'काहीच सुचत नाही' त्रेधातिरपटच जणू. असे अनंत भाव ३१ कवितांच्या माध्यमातून समोर येतात. अनंत विचाराचे कवडसे, अनंत भाव, सगळं काही कळत असून, समंजस असून सुद्धा आपण कसे वागतो, आचरण करतो आहोत? हा प्रश्न कवीला पडतो. हा त्यांच्या वैयक्तिक प्रश्न नाही तर हा सर्वांचा प्रश्न असतो. या अंतर्गत येणाऱ्या ३२ कविता व ११ क्षणिकांचाही समावेश या कवितेत केलेला आहे. 'काही गुलाबी चुका' या शीर्षकांने कवी ९ कविता सखीच्या मनाचे गूढ भाव मांडतात.

"जन्म भेटता बाईचा, दुःख उभे ठाई-ठाई
कधी इतकेही साधे कुणी असू नये बाई!" (पृ.१३८)

कवी स्त्री मनाला किती जपतो आहे. स्त्रियांचा आदरभाव न जपणे आजच्या कालखंडाची ही कमतरता झाली आहे. खरंतर पुरुष मन स्त्री मनाला भोग यापलीकडे जाऊन का समजून घेत नाही? आज प्रश्न आहे. जिजाऊच्या शिवधर्म विचाराची ज्योत अंतरंगात स्फुरण घेऊन कवी वैचारिक वारसा जपतो आहे. त्यामुळेच त्यांची कविता आदरार्थी होते आहे. स्त्री मनाच्या, सन्मानाच्या वाटेवर आवर्जून अंतर्मुख व्हायला लावणारा कवितारुपी प्रयत्न होय. सखीची ओढ, तिचे हसरे सौंदर्य टिपतो. आपल्याकडे काय आहे? काय नाही? याचा यथासार विचार करीत त्यांची कविता समंजसपणा देते. कवी स्वतः आत्ममग्न असल्याने अनंत जीवनातील जगण्याच्या क्षणांची नोंद घेतो. स्वतःचा अहंकार भाव, मीपणा असलेली जगण्याची वृत्ती यावरही लक्ष वेधत साधेपणाने जगण्याचे तत्व विचार पेरतो.

कवीच्या मनाची अवस्था खरंतर कवितेरुपी अस्वस्थ करून सोडते आहे. "खुळा वाजवत पावा, कधी आला का मुरारी" एक अपूर्ण कविता होय. (पृ.१४९) खरंतर किशोरची कविता कधीही पूर्ण होऊच नये, पुनःपुन्हा ती अनंत भाव उलगडत समोर येत राहणार आहे. हेच दर्शवित आहे.

संग्रहातील 'अभंग रस' या शीर्षकांतर्गत प्रत्येकी चार कडवे साधत २० अभंग मानवाच्या शुद्ध सात्विक मनाला तेजोमयता देणाऱ्या आहेत. तेवढ्याच भक्तीमार्गातून मानवाला सजग, जागरूक, विचारप्रवण करीत जीवनाचे ध्येय

गाठायला बाध्य करावयास लावणाऱ्या आहेत.

"पायामध्ये खोल

रुतला काटा

आणि पुढे वाटा

प्राजक्ताच्या" (पृ.१४२)

"तरी मज आहे

अजूनही खात्री

कधीतरी रात्री

उजाडेल" (पृ.१२०)

अगदी आधुनिक जीवनाचे संदर्भ देत मनात हुरहूरता निर्माण करणारी ही अभंगगाथा तुकाराम महाराजांच्या विचारांचा जागर किशोरच्या लेखनातून प्रसवते आहे. म्हणून अभंगातील शब्दभाव, अर्थ आयुष्याला नवा आशावाद देतो आहे. या अंधारमय जीवनात उजेडाच्या पखाली नक्कीच येतील, तेव्हा प्रयत्नवादाचा सिद्धांत तेवढा जपावा. विज्ञानयुगातील तर्कशुद्धी, तर्कशक्ती जागृत ठेवून अंध:कारमय रूढी, परंपरा, श्रद्धा याला बाजूला सारत जगण्याचा एक प्रामाणिक चोखंदळ मार्ग पत्करावा. याकरिताच ही अभंग रचना आहे.

खरेतर "बस! तुला फक्त कवितेने एक नजर बघायला पाहिजे." अशक्य अमर्याद कार्य प्रयत्नांची उमेद देणारी किशोरची ही कविता होय.

14

काव्यप्रकार, काव्यशैली, काव्यभाषा, कलावैशिष्ट्ये,

१) काव्यप्रकार,

"कवी कुठल्या प्रकारात काव्य लिहितोय? त्यांना तो प्रकार कितपत सहज हाताळता आला आहे? हे त्यांच्या वैशिष्ट्यपूर्ण शैलीवरून, काव्याच्या प्रकाराला रसग्रहण केल्यानंतर सहज वाचकांच्या लक्षात येते. यातून काव्याचे, कवीचे निराळेपण लक्षात घेता येते. साहजिकच कवीचे व कवितेचे मूल्यमापन होऊन गुणवत्ता लक्षात घेत, त्यांचे काव्यप्रकारातील वलय, उंची सहज ठरविल्या जाते."

किशोरचे तीन संग्रह, व शेकडो अप्रकाशित कविता प्रसारमाध्यमावर आहेत. कवीचा दाद देणारा रसिकवर्ग हा मोजण्यापलीकडचा आहे. किशोर मराठी, हिंदी काव्यात उत्तम स्थान मांडून बसलेला आहे. त्यामुळेच प्रांताच्या पलीकडेही त्यांच्या कवितेची, त्यांच्या नावाची चर्चा होते. किशोरने मुक्तछंदासह छंदात्मक

काव्य हाताळले आहे. गझल, बोलीभाषेतील कविता, क्षणिका, अभंग, हिंदी रचना, अष्टाक्षरी, गेय कविता, बालकविता अशा अनेक प्रकारात ते व्यक्त झाले आहेत. यात मुक्तछंद काव्यप्रकारात त्यांनी विशेष प्राविण्य मिळवल्याचे भासते आहे. यात परिवर्तन, पत्रकाव्य, संवाद, नाट्यकविता, भावकाव्य, व्यक्तीवर्णनात्मक काव्य, बोलीभाषेतील काव्य, हास्य, शृंगार, विरह या रसातील काव्य, जीवनविषयक दृष्टिकोन मांडणाऱ्या कविता, अंधश्रद्धा यावरील परखड भाष्य, स्वगतकाव्य, आईवडील विशेषकाव्य, सत्ताराजकारण, शासन योजना, ग्रामीणतेचा आढावा काव्य, शहरी थाटाचे विश्लेषण, संदर्भकाव्य, लोकगीत, पाऊस, निसर्ग, स्त्रीमनाचे काव्य, अस्वस्थता दर्शवणारे, स्वातंत्र्य, देशभक्ती, घटनात्मक मूल्य जपणारे काव्य, धर्म, भेदाभेद, देव, श्रद्धा यावरील काव्य, शेतकरी-श्रमिक, सामान्य माणसांचे काव्य, सखीचे, पत्नीचे प्रेम काव्य, तात्त्विक वैचारिक दृष्टी असलेले काव्य, वेदना, दुःख सोबतच भडकणाऱ्या दंगली, व्यसनांध तळीरामाच्या मनातले काव्य, भ्रष्टाचार असे कितीतरी विविध आशयासह स्वभावनेतून, चिंतनातून काव्यात प्रकटलेले दिसतात. एकंदरीत कवीची कविता विविधांगी आहे. ही कविता जीवनाच्या दैनंदिन नोंदीची दखल घेणारी कविता होय. काव्य प्रांतातील अष्टपैलूत्व लाभलेला किशोर यातून आढळून येतो.

"उलंगवाडी झाल्यावर मी हिशेब केला
केवळ उरले हाती धसकट फणकट मित्रा" (पृ.२३, दिवस निरुत्तर येतो)
आयुष्याच्या रोजनिशीतील गजलेतला शेर अगदी मनाची अवस्था पारखायला लावत आहे.

क्षणिका :

"तुला आठवत आठवत आठवत गेलो
इतकं की पुढचं काहीच आठवत नाही" (अप्रकाशित)
"सहजच ये-जा वाढली
आणि मुक्काम आपसूकच वाढत गेले." (पृ.१२२, कालिंदीच्या डोहातून)
उपरोक्त दोन ओळींची ही कविता, कवीच्या क्षणिका या काव्यप्रकारातही हातखंडा दिसून येतो. अगदी कमी ओळीत समर्पक चटका लावणारे भाव, प्रसंगी विचारांचे चक्रव्यूह सभोवताल निर्माण करणारा हा काव्यप्रकार, कवीला सहजच भावतो आहे.

अभंग :

तुकाराम महाराजांच्या विचाराचा वारसा जपणारा किशोर 'कालिंदीच्या डोहातून' या संग्रहात अभंगाचे रंग याद्वारा वीस पृष्ठात ७९ अभंगरचना रसिकांसमोर ठेवतो आहे. कवीच्या अभंगशैलीचा आधुनिक साज नामनिराळा भासतो. कवी स्वगत होत तर कधी संवादी होऊन मनातील भूमिकेला वाट मोकळी करून देतो. अभंगातील शेवटच्या शब्दाने काळजाला भेदक अशी भावार्थ छटा निर्माण करून जातो. कवीचे अभंग त्यांच्या देहाशी, मनाशी गुंजन घालून जातात. अभंग लेखनाचे प्रयोजन हे मानवी सदाचाराची मागणी घालणारे आहे. कवीचा आत्मानुभव संतविचारांच्या माध्यमातून अंतरंगात भक्तीभाव डोकावत समाजानुभूती प्राप्त करावयास लावतो. सुख-समाधान, शांतिप्रिय वत्सलता, प्रेम, आराधना त्यांच्या अभंगातून दरवळताना दिसते आहे.

"अक्षरांनी घ्यावे

अभंगाचे रूप

वेदनेचा स्तूप

चिरंजीव" (पृ.१४)

कवीच्या अभंगांनी घेतलेले हे काव्यमय स्वरूप त्यांच्या वेदनेचा स्तूप आहे. याला चिरंजीवित्व प्राप्त झालंय. पुढे या दुःखाचा अंत होऊन मंगलदायक जीवनानुभव प्राप्त व्हावे. यास्तव केलेला हा विना टाळचिपळ्यांचा गजर विठ्ठलचरणी अर्पण होतो आहे.

कवीचे अभंग कधी मनाच्या तरल अवस्थारुपी सखीशी संवादमयी होतात तर कधी इथल्या कुनिती आचरणावर शब्दरुपी कोसळतात. जीवनात सावधानता बाळगण्याचे उपदेश देतात.

"तरी मला आहे

अजूनही खात्री

कधीतरी रात्री

उजाडेल"

जीवनाचा उष:काल नक्कीच येणार. कवी त्याप्रति काव्यातून अभंगाद्वारा समोर येतो. कवीच्या आशामयी मनाला आपणही सकारात्मक होत हातभार लावूया. कदाचित रसिकांना गर्भित उष:कालाची पहाट नक्कीच प्राप्त होणार.

"नाही दिला कधी

भरवसा ढळू

डोळा सुद्धा गळू
आसवांनी" (पृ.४९, कालिंदीच्या डोहातून)
अभंगात व्यक्त होणारा कवी किती तल्लीन होत अभंग साकारतोय, हे या अभंगांनी ओळखता येते.

अष्टाक्षरी :

"कधी पेटता-पेटता
जाई विझुनिया रात
जशी विझता-विझता
मुकी फडफडे वात..." (अप्रकाशित)
या प्रमाणे अनेक अष्टाक्षरी काव्य किशोरने रचले असून ते सुद्धा मनाला मोहवून टाकणारे आहे.

द्विशब्द काव्य:

"आपुलेच ओठ
आपुलेच दात
तुझी माझी
एकच जात" (पृ.७४, कालिंदीच्या डोहातून)
दोन शब्दाच्या चारोळी प्रकारागत चार ओळी, दुसऱ्या व चौथ्या ओळीत यमक साधत अर्थपूर्ण काव्य प्रस्तुती हे वैशिष्ट्यपूर्ण काव्य म्हणून याकडे बघावे लागेल.

हिंदी काव्य :

किशोर 'नामालूम' या टोपण नावाने हिंदी रचना करतो आहे. किशोरचे हिंदी भाषेवर छान प्रभुत्व आहे. यात उर्दू शब्दही सुमार पेश करतो.
"जो सच है अवाम को तुम बताते क्यों नहीं
फिर से अपनी नाकामी को सुनाते क्यों नही
रोज मोमबत्ती लेकर आ जाते हो 'नामालूम'
तुम नये ढंग से मातम मनाते क्यों नही" (अप्रकाशित)
(अवाम-लोक, मातम-शोक, मृत व्यक्तीकरिता दुःखद भाव)

हिंदी भाषेतील काव्य, गझल त्यातील कवीची तल्लीनता रसिकांना रिझवणारी आहे. पुढे किशोर हिंदी संग्रहाद्वारे समोर येतील, ही आशा बाळगू या.

वऱ्हाडी बोलीभाषा :

किशोरची वऱ्हाडी भाषा व त्यांचे सादरीकरण खूप विनोदी ढंगाचे तेवढेच मार्मिक आहे. काळजात चर्र घुसून मनात खदखदणारी एक मार्मिक, तात्त्विक, विचार मंथन करावयास लावणारी कविता बघूया...

"रोज तूच जिंकतं देवा, आज तरी हरना बे
येकडाव माझ्यासारखा भूक खाऊन मरणा बे
किती पिढ्यांपासून मी कोणात बंद राहू सांग
माह्यातल्या सुरवंटाचे फुलपाखरू करणारे बे
तुले जर वाटते की प्रेम म्हणजे सावली हाये
तं येकडाव हा इस्तू हातामंदी धरना बे!" (अप्रकाशित)

किशोर वऱ्हाडी भाषेचा 'मायबोली' कार्यक्रम मंचावर सादर करतोय. महाराष्ट्रभर त्यांनी बरेच प्रयोग केले आहेत. त्यातला रंग, ढंग या कवितेतून बघायला मिळतो. कवितेत अनेक बोलीभाषेतील लुप्त होणारे शब्द मोठ्या शिताफिने सादर करतात. (येकडाव-एकवेळ, इस्तू-विस्तव, ज्वाला) 'बे' हा शब्द खरंतर बोलीभाषेत एकमेकांना प्रेमपूर्वक हाक मारण्यासाठी वापरला जातो. आमचे भागात गणितात गुणाकार करण्यास तर 'दोन ते दहाचे' पाढे वर्गात शिकवताना दोन अंकाला 'बे' म्हणतात. जसे- हॅलो, एक्सक्युज मी, अहो, अशा पर्यायी शब्दातील 'बे' हे रूपक आहे. काही प्रसंगी 'अ' हा प्रत्यय लावून 'अबे' हा झाडीबोलीतही शब्द प्रचलित आहे. मात्र काही उच्चभ्रू लोक, प्रमाण भाषा धारणकर्ते लोक या शब्दाला 'शिवी' समजतात. तो त्यांचा दोष असेल. किशोर देवास 'बे' या शब्दाने आर्त हाक देतोय. यामुळेच या कवितेला रंगत चढते. किती नावीन्यपूर्ण, कल्पक कृती यातून दिसून येते. याप्रकारे त्यांनी हाताळलेल्या रचना, काव्यप्रकारात विविध नावीन्यता, प्रयोगशीलता, कल्पकता असं बरंच काही आढळून येते, पुढे आपण यावर रसिकाग्न होणार आहोत.

गझल :

"खरंतर कविता कशी होते, कशी लिहावी याचे काही नियम नाहीत. असूही शकत नाही. कवितेची व्याख्या करणंही तसं कठीण! धुक्याची वीण आणि ढगांचे आकार कुणाला सांगता येतील काय?" (संदर्भ-ज्ञानेश्वर वाकुडकर, पृ. ७, दिवस निरुतर येतो)

किशोर गझलयात्री आहे हे त्याच्या 'दिवस निरुतर येतो' या संग्रहातून दिसून येते. यात त्यांनी अनेक गझलांचा समावेश केलेला आहे. तसेच 'एक्कावन कविता माझ्याही' संग्रहात काही गझल समावेशित आहेत.

आज काव्यप्रांतात अनेक समीक्षक, आस्वादक, समीक्षा मांडतात, तर काही समीक्षक, जाणकार काव्याचे प्रकार, तंत्र, गजलेतील तंत्र यावर फार मोठे भाष्य करतात. अगदी तंत्रशुद्ध लेखन करणे म्हणजेच बऱ्याचशा भावनांचा, शब्दांचा कोंडमारा करणे होय. म्हणूनच किशोर तंत्रापेक्षा मुक्तछंदात चपखल डोकावतो आहे. ज्ञानेश वाकुडकरांनी त्यांच्या संग्रहात 'गझल' यावरील विस्तृत भाष्य, प्रस्तावनारुपी केले आहे. ते आपण सहज वाचावे. इथे त्याची पुनरुक्ती करू इच्छित नाही.

किशोरने रचलेले शेर अगदी उत्कंठावर्धक आहेत. सुंदर आहेत. नव्या कल्पना, नवा विचार व नवा आयाम देणारे नक्कीच आहेत. किशोर गझलेचा छान अभ्यासक आहे, हे त्यांच्या गझलेतून दिसून येते आहे. मात्र काही गझलेत तंत्राच्या सुमार मांडणीसह गेलेला तोल नक्कीच जाणवेल. यावरून गझलेतील 'मुक्तगझल' हा प्रकार त्यांनी त्यात हाताळला असे समजणे शक्य आहे. "समर्थ प्रतिभा असलेल्या कवीने स्वेच्छेने जाणीवपूर्वक घेतलेले स्वातंत्र्य आणि त्यातील रचना म्हणजेच मुक्तगझल होय." असे ज्ञानेश वाकुडकर म्हणतात.

किशोरची गझल खूप आश्वासक आहे. जागवणारी व जगवणारी आहे. ओठातून 'वाह!' उद्गार स्फुरवणारी नक्कीच आहे. अल्पशी त्रुटी सोडली तर आज किशोर गझलेतील एक छंदिष्ट कवी आहेत. हे मान्य करायलाच हवे. यातील भावार्थ आपल्या मनाला दिलासा देईल, असे नव्हेतर मानवी उत्कर्षाच्या, कल्याणाच्या, मानवतेच्या ध्यासात रंगलेली, रुजलेली ही गझल नक्कीच आहे, असे आपणास जाणवणार आहे. म्हणून किशोर समाजसापेक्षता असलेला द्रष्टा कवी होय. त्यामुळेच तो सर्वांच्या मनात घर करून जातो. काळजात त्यांचे शब्द रुतून मनाचा ठाव घेतात. यावर भाष्य करण्यापेक्षा काही गजलेतील शेर बघूया.

१) "अशी एक इच्छा माझी फळावी

मला पाखरांची भाषा कळावी" (पृ.१५, दिवस निरुत्तर येतो)

२) "तोफेच्या तोंडून परतलो सुखरूप मी

पण घात केला डोळ्यांच्या इशाऱ्याने" (पृ.९१, दिवस निरुत्तर येतो)

३) "वेढिले मज सोयऱ्यांनी

मी कसा दुःखास टाळू" (पृ.८९, दिवस निरुत्तर येतो)

४) "तू गेल्यावर भकासले घर... हताश झाले बाबा

चिमणी उडाली भुर्र... पिलांवर नाही कुणाचा ताबा" (पृ.७८, दिवस निरुत्तर येतो)

५) "शेतकरी मरतो मरू द्या हरकत नाही

तुम्ही फक्त बिसलेरी आसवे ढाळा" (पृ.५२, दिवस निरुत्तर येतो)

६) "सांज होता दार खिडक्या गच्च तू लावून घे

हे शहर बदनाम माझे एवढे जाणून घे" (पृ.४९, दिवस निरुत्तर येतो)

७) "अखेरीस ती गझल होती सोबतीला

साथ जेव्हा सोडली माझी साऱ्यांने" (पृ.९१, दिवस निरुत्तर येतो)

किशोरच्या गझलेतील उपयुक्त काही शेर आपण बघितले. विविधांगी विषयावर व्यक्त होणारी किशोरची ही गझल खरंच मनाला साद घालून जाते आहे. गझल त्यातील तंत्र यात न गुरफटता फक्त किशोरच्या या गझल भावनेला आपण आपल्या अंतरंगात रोवू या!

☙

२) *काव्यशैली :*

"सामान्यतः शैली या शब्दाचे रीत, पद्धत, लकब, वळण, ढब, धाटणी, बातमी, वैशिष्ट्य, तंत्र असे अनेक अर्थ संभवतात. काव्यशैली म्हणजेच कवितेला आल्हाददायक रूप देण्याचे तत्त्व होय. काव्यातील आशय, भाषा आणि प्रकार याचा संयोग होऊन शैली विकसित होते, शब्दांची निवड, रचना व नियोजन यातून शैलीला अभ्यासता येते. ज्या काव्याची शैली मनाला मोहकता देत हृदयात घर करून बसते, असे ते काव्य बहारदार आहे, असे उद्गार सहज निघतात."

किशोरची काव्यशैली त्यांच्या कवितेला उंची देणारी तेवढीच किशोरचे व्यक्तिमत्त्व उंचावणारी नक्कीच आहे.

"मानवास मी मनही दिले, दिली अफाट बुद्धी

एकच चुकले, त्यास द्यायची राहून गेली शुद्धी" (पृ.११४ दिवस निरुत्तर येतो)

"बघ तहान झाली डाकू

चल समुद्र पिऊन टाकू

त्या आभाळाच्या छातीत

मी खूपसून येतो चाकू" (पृ.६३ कालिंदीच्या डोहातून)

किशोरची कविता लयदार आहे. शब्द मांडण्याची आरास लकब अगदी मनाला घेरणारी आहे. चमत्कारिकता दर्शवणारी आहे. तर्कशुद्ध विचारशैलीची ही कविता जगण्या-वागण्याची शैली उद्दिदत करते. सुबोध, सरल, अलंकृत अशी ही काव्यशैली आहे.

किशोरच्या काव्यसंग्रहात सूक्ष्म निरीक्षण, परिसरातील वास्तव चित्रण यांचा संगम झाल्याने त्यांची रचना स्वतंत्र शैलीचे बीज घेऊन आल्याचे वाटते. अगदी नवे काव्यविश्व यातून समोर येते.

किशोर नावीन्यतेचे रूप स्वीकारत अवर्णनीय व्यक्त होतो. स्वअनुभवाचे प्रकटन स्वगत पद्धतीने दिलखेचक मांडणारा हा कवी आहे. उदाहरणार्थ- "आता राम बाबरी अयोध्येत नाही" (पृ.३६ एक्कावन कविता माझ्याही) ही कविता बघा.

किशोरच्या कवितेत बोलीभाषा, प्रमाणभाषा, हिंदी, उर्दू, इंग्रजी शब्दाचे मिश्रण होत रसिकांना स्फुरण चढवणारी कविता, कवीची शैली ही वेगळीच भासते आहे. पत्रकाव्य, संवादकाव्य, कथनकाव्य रूपाने विशद होणारा कवी, काव्यातील अष्टाक्षरी, क्षणिका, झोलाझेंडी, बोलीभाषा, अभंग, गझल, मुक्ताक्षर, हिंदीकाव्य अशा अन्य काव्यप्रकारातही व्यक्त होतो, तेवढंच शब्दांवर अधिराज्य मिळवणारी कविता बघून त्यांची काव्यरचना ही स्वतंत्र शैलीची आहे निक्षून सांगता येते.

"काय मी व्याख्या करू या संसदेची दोस्ता

ऐतखाऊ सांड सारे पोसणे आहे सुरू" (पृ.४३ दिवस निरुत्तर येतो)

अगदी साधेसोपे शब्द पण शब्दमांडणी चमत्कृतीपूर्ण. 'ऐतखाऊ सांड' ही प्रतिमा, प्रतीकात्मक शब्दाने अखख्या लोकशाहीतील या पुढारी वृत्तीवर आसूड ओढणारी कविता, पुढाऱ्यांच्या विषयाला चव्हाट्यावर आणणारी ही शैली आणि मतदाराला कर्तव्याप्रति जागृत करीत मानवता स्वीकृत करायला लावणारी शैली, अगदी मनाला मोहिनी घालावी अशीच आहे.

किशोरचा काव्यबाज थाट हा मेंदूतील विचारांच्या पलीकडे नेणारा आहे. म्हणूनच त्यांच्या प्रकाशित व अप्रकाशित कवितांची शैली ही लक्षणीय रसिकप्रिय होते ते सर्व बाबीतून.

ॐ

३) *काव्यभाषा :*

> *"ज्या काव्यात भाषेचा गोडवा असेल ते काव्य रसिकांना आपलेसे करते. काव्याची भाषा गूढ न होता सरळ अर्थ उलगडत मनामनात रेंगाळत राहणारी व्हावी. याकरता कवीला काव्याप्रतिची ओढ व त्यातील भाषा, संवाद, लयीचा अभ्यास असावा लागतो. किशोर यात अभ्यासपूर्ण मनाने सजग होवून काव्यातील विषय बेखुबीने मांडतो आहे."*

किशोर प्रमाण भाषेत, स्वतःच्या वऱ्हाडी बोलीभाषेत, तेवढेच हिंदीमध्ये, उर्दू अभ्यासाची सांगड घालत व्यक्त होतो. भाषेचे संमिश्रण करूनही त्यांच्या अनेक कविता सफाईदारपणे समोर येतात.

'तुझ्या मॅचिंग अंतर्वस्त्राकरिता...'

'मेरा बाप चोर है'

'हातावर लिहिलेल्या नायकासारखं...' (पृ.५८, एक्कावन कविता माझ्याही)

उपरोक्त 'मला माफ कर' कविता बघावी. कवी आपल्या सखीशी संवाद साधताना, मॅचिंग इंग्रजी शब्द, सोबत हिंदी वाक्य व प्रमाण भाषेचे मिश्रण करतो आहे. त्यामुळे या कवितेची लय साधली जाऊन ही जोमदार कविता तयार होते. परंतु यात मिश्रण न करता प्रमाण भाषेतील शब्द वापरले असते तर..! कवितेची लय आकर्षित तेवढीच मनाला सजवणारी होणार नाही. कवीला या जाणिवा परिपूर्ण आहेत, म्हणूनच कवीची काव्यभाषा ही त्यांच्या कवितेला विशेष परिणामकारक उंचावर नेण्यास पुरेसी आहे.

"तिची मोठी गोची झालीय," (पृ.३५ कालिंदीच्या डोहातून)

यात 'गोची' म्हणजेच कोंडी हा प्रमाण शब्द न वापरता बोलीभाषेतील शब्द वापरून संपूर्ण कविता मात्र कवीने प्रमाण भाषेत साकारली आहे. कदाचित यात कवीने 'कोंडी' शब्द वापरून ही कविता पुढे ठेवली असती तर त्यातील

परिणामकारकता सहजच कमी झाली असती.

"चल ऊठ, बूड झटक, कामाला लाग

सालं कठीणच दिसतेय" (पृ.१९ कालिंदीच्या डोहातून)

उपरोक्त ओळीत 'बूड झटक' हा वऱ्हाडी बोलीभाषेतील शब्द (बूड म्हणजे शेवटचा भाग, ढुंगण, खालची बाजू अशा अर्थाने) 'सालं' हा बोलीभाषेतील शिवीदर्शक शब्द वाक्याची लय राखत समोर येताना दिसतो.

"रोज रात्रीला पलंग कण्हतो नवेनवे हे नवरा नवरी

गादी दुलई म्हणते ह्यायच्या अंगात घुसली थंडी रेss!" (पृ.६५, दिवस निरुत्तर येतो)

वऱ्हाडी बोलीभाषेत अगदी रंजक साकार झालेली ही विनोदी कविता होय.

कवी रसिकांना समजेल, रुचेल, पटेल अशी काव्यभाषा वापरत कवितेचा दर्जा कायम राखतो आहे. यातून काव्यातील परिणामकारकता वाढते. काव्यार्थ रसिकांना भेदून जातो. ग्रामीण शब्द, वास्तव मनाला भिडणारे शब्द, दयनीय भीषणतेची जाणीव देणारे शब्द, कवी विद्रोहाची भाषा, हास्य, करमणुकीची भाषा, तर मनाला हळवे करून जाणारी कारुण्यता आणणारी, गहिवरणारी, तेवढीच प्रबोधनाची मीमांसा देणारी ही काव्यभाषा ते सहज वापरतात. यामुळे काव्यातून मानवी विचारांना तत्त्वज्ञान देणारी भाषा वाटते. अगदी प्रगल्भ अशी भावसमृद्धता ते शब्दसामर्थ्याने आविष्कृत करतात. यातून रचना आशयघन होण्यास मदत होते.

कवीची काव्यशैली व काव्यभाषा उत्तम दर्जाची होत जनमान्य होण्यास मदत झाली आहे. याकरिता त्यांच्या सर्व कवितांचे रसग्रहण करणे आवश्यक ठरेल.

"साला, तुझ्या ब्लडच्य कोल्ड

ने तुझ्या ब्रेनवरती

सेल्फीश नेचर सिस्टीमच्याने

थाऊजंड थाऊजंड फोल्ड

तुला काय करायच्या..." (पृ.२०, एक्कावन कविता माझ्याही)

अशा अनेक कवितातून काव्यभाषेचा आस्वाद घेऊया..

౭◯౨

-

४) किशोरच्या काव्यातील सौंदर्य :

> *"विलक्षणता गुण अंगी बाणून चमत्कारीकरित्या व्यक्त होणारा किशोर अगदी हळुवार सरल काव्य साकारतो. आपल्या प्रामाणिक अनुभवातून पारदर्शक आशावादी वृत्तीचा पुरस्कार करतो. काव्यातील ओढ अतः त्यातील सौंदर्य हळुवार वेदनेची फुंकर घालताना नव्या जोमाने मनाची उमेद आविष्कृत करतात."*

किशोरच्या काव्यात्मकतेत डोळस दृष्टी घालून बघितले असता, शब्दाची मांडणी, लय, भावसौंदर्य, विचारसौंदर्य, प्रकटन, कल्पनासौंदर्य, आविष्कार सोबतच तत्त्वदृष्टीचे निरीक्षण व अवलोकन करण्यास भाग पाडते.

कुठल्याही काव्याचे अनुकरण न करता कवितेशी घट्ट नाते जुळवत स्वतंत्र अभिव्यक्ती, स्वातंत्र्य, दाहक अनुभव, वास्तव तेवढाच उपहास साधत, वेधक शब्दांना एकत्र गुंफत, तर्कशास्त्रीय विचारांचा आरसा म्हणजेच त्यांची कविता होय. इतरांच्या जगण्यात स्वमने ओथंबून वाहवून घेत अनुभवसमृद्ध कवी ज्या भावार्थाला पेश करतो त्यातील सौंदर्यशास्त्र काव्यात्मकतेचे रूप घेऊन प्रकटते.

भावसौंदर्य:

"झाडाला होत असेल का दुःख?
कु-हाडीचा दांडा पाहून
झाड करत असेल काय विचार
आपल्या प्रारब्ध किंवा प्राक्तन वगैरेचा
अरे! मी तर झाड नाही
मग माझ्या मनात का वाढताहेत
हे वठलेले प्रश्न?" (पृ.२५ कालिंदीच्या डोहातून)

किशोरच्या काव्यातील भावसौंदर्य चिंतनशीलता देणारे आहे. निसर्गातून समाजाच्या भावभावनांचा समर्थ सुंदर आविष्कार करीत, समृद्ध विचारशीलता मांडतो. खरेतर कवीच्या संपूर्ण संग्रहात भावसौंदर्याची आरास मांडणी आहे. सर्वत्र असलेले सौंदर्य कवी आपल्या मोहक दृष्टीने टिपतो. यातून कवीची वृत्ती जाणून घेता येते. मनातील भावना काव्यात उतरवण्याची कला म्हणजेच भावसौंदर्य होय.

कवी निसर्ग, परिसरातील सर्व घटकाला आपल्या मनभावनेतून काव्यात अलगद उतरविताना दिसतो.

विचारसौंदर्य:

कवीचा स्वभाव आचरण यातून कवीची जगण्याची कृती दिसून येते. हीच कृती त्यांच्या या वृत्तीतून अलगद काव्यात तरलते. यातून कवीचे व्यक्तिमत्त्व व काव्यातील विचार याचा सहसंबंध येतो. मात्र करणी व कथणी यामध्येही फरक असलेला माणूस नव्हेतर साहित्यिकही अनेक दिसतात. असो! किशोरच्या काव्यातील विचार दृष्टिकोन याद्वारा येणारं वास्तव भेदक चित्रण त्यांच्या कवितेला उठावदार बनवित आहे.

"माझ्या सरकारी बंगल्याच्या
पॉश बाथरूममध्ये
पाय घसरून पडून मी मेलो तर!
अचानक काय होईल?
माझ्या बायकोचं..." (पृ.११०, दिवस निरुत्तर येतो)

कवीच्या कवितेत वैयक्तिक विचारातून सामाजिक बांधिलकी जोपासल्या जाते. तात्त्विक विचारांची धार त्याच्या शब्दांतून समोर येते. एकंदरीत किशोरच्या रचनेत आशयाची सखोल विचारपातळी, सामाजिक जीवन, प्रश्न, समस्याच्या गर्दीतून घटना, प्रसंगांना, व्यक्तिमत्त्वांच्या संवेदनांना समोर आणते. म्हणूनच किशोरच्या कित्येक कवितेचा वेगळाच बाज हा विचारसौंदर्याने ओतप्रोत भरलेला दिसून येतो.

शब्दसौंदर्य :

खरेतर काव्यात शब्दसौंदर्याची आरास मांडणी व्हायलाच हवी. याकरिता शब्दात गुंतणाऱ्या शब्दांचा खेळ, कौशल्याने समोर मांडणारा शब्दपांथस्थ व त्याची कविता पुढे रसिकप्रिय झाल्याचे दिसून येते. शब्दाचे सौंदर्य काव्यात निर्माण करणे हे जणू एक व्रतस्थाचे, दीर्घ अनुभवाचे, सरावाचे कार्य आहे. शब्दसौंदर्याने काव्यातून स्फूर्ती निर्माण होते. काव्याला नवतेज येतो.

"हात मेहंदीचे जिथे ओलेच होते
लेक ती जाळून मेली सासरला" (पृ.२५, दिवस निरुत्तर येतो)

"माया लगनाचं म्हनसान तं शेजारची पोरगी ठीक आहे

पण काळजी नका करू बाबा, बाकी सारं ठीक आहे" (पृ.३१, दिवस निरुत्तर

येतो)

"आता तुम्ही म्हणाल ते कोण?

तर ते हेच द्रोणाचार्याचे वंशज

द्रोणाचार्याने मागितला होता अंगठा

एकलव्याला एकदाच

हे मागतात नित्यनेमाने तुमचे

शाई लावलेले बोट (पृ.८१, कालिंदीच्या डोहातून)

कवीच्या उपरोक्तच नव्हेतर सर्व कवितात शब्दसौंदर्याचा आस्वाद घेता येतो. बोलीभाषेतील काव्याची शब्दमैफिल रंजकतेने मनात भरून मिश्किल हास्य उमलून येते. तर वेधक 'शाई लावलेले बोट' या शब्दाने निरक्षर तेवढ्याच सज्ञानी माणसाला नवी वैचारिकता प्रदान करते. 'हात मेहंदीचे ओले' यातील शब्दसौंदर्य इथल्या संसारी जीवनातील व्यावहारिक रूपाने कुप्रथांना अधोरेखित करते आहे. किशोर अनेक कविता इंग्रजी, उर्दू, हिंदी, बोलीभाषेतील शब्दांची संमिश्रता आणि काव्याची सहज भावातून उत्कंठा वाढवत साकार करताना दिसतो आहे.

कल्पनासौंदर्य :

काव्यात कल्पनाशक्तीला फार महत्त्व आहे. कालिंदीच्या डोहातून शीर्षकातील गूढ भाव बघून कवीच्या कल्पनासौंदर्याची जाणीव होते. कवी याकरता चिकित्सक असावा लागतो. काव्यातून रसिकांना शोधकता निर्माण करणारी कल्पकता, जीवन जगण्याची समृद्ध सृजनशील जीवनशैली प्राप्त होते. कवितेतील जीवन आशयाचे हे कल्पनासौंदर्य बघूया.

"मी जर नसतोच जन्मलो

कुणाचं म्हणून काहीच नसतं झालं नुकसान

नुकसान झालं असतं फक्त माझ्या मायबापाचं

माझ्या मायच्या स्तनांना नसता झाला

माझ्या दूधव्याकूळ इवल्या ओठांचा स्पर्श

अन् माझा बाप मला कवटाळून

ध्यानस्थ नसता होऊ शकला क्षणभर..." (पृ.१११, कालिंदीच्या डोहातून)

कवी स्वतःच्या वृत्ती प्रवृत्तीतून काव्यसंदर्भातील आशयातून कल्पनासौंदर्याची मांडणी करतो. किती विलोभनीय आहे ही कल्पना! अगदी मानवाला विचारात गुंतविणारी.

कवी भाषिक सौंदर्यालाही तेवढाच जपताना दिसतो. स्वभाषाबोलीतील कवितांचा गेयरूपाने होणारा बहारदार कार्यक्रम यामुळेच श्रवण व रसग्रहणाची धुंदी वाढविते.

"ओठावरी तुझ्या

सावळासा तीळ

आणि माझ्या पीळ

काळजाला (पृ.१४५, कालिंदीच्या डोहातून)

उपरोक्त अभंगातून प्रेमाची अनुभूती, पहिल्या दोन ओळीतून कल्पनासौंदर्य साकारत अंतिम दोन ओळीतून भावसौंदर्याची चमत्कृती साधणारा कवी, अशाप्रकारे काव्यात संमिश्र सौंदर्य साकारत प्रेमातील उत्कट भावविष्करण देवून जातो.

"सांज होता दार खिडक्या गच्च तू लावून घे

हे शहर बदनाम माझे एवढे जाणून घे!" (पृ.४८, दिवस निरुत्तर येतो)

कवीच्या कवितेत सर्वप्रकारच्या सौंदर्याची ही मांडणी त्यांच्या काव्याला आकर्षक, मोहक, तरल बनवून जाते. त्यामुळेच किशोर हे सौंदर्यवादाचे भोक्ते आहेत. ते सौंदर्यवादी असून त्यांची कविता लोकप्रिय होताना काव्यातील सौंदर्यशास्त्राचे प्रयोजन उपयुक्त ठरते आहे.

౭

५) प्रतीके, प्रतिमा, प्राक्कथा :

"कोरलेली लेणी अप्रतिम असतात. अगदी तसंच काव्याला चढवलेलं लेणं म्हणजेच प्रतिके, प्रतिमा प्राक्कथा होत. कवीच्या कवितात काही समाजमान्य प्रतिकात्मक शब्दांची लयलूट आहे. कवी आपल्या दृष्टीने अशा शब्दाकडे बघतो, तेव्हा काव्याचा दर्जा उंचावलेला दिसून येतो."

प्रतिक हा शब्द प्रति उपसर्गपूर्वक 'इणगतौ' या धातूपासून बनला आहे. म्हणजेच अभिव्यक्त करणारा शब्द म्हणजेच प्रतिक होय. याचे पाच प्रकार पडतात. १) भावात्मक २) प्रतिकात्मक ३) संश्लेषणात्मक ४) विषयीपरक ५) अलंकारात्मक

प्रतीके सूक्ष्मभाव, विचारतत्त्व यांना समोर आणण्यास्तव योजलेला शब्द होय. शब्दांनी घडविल्या गेलेल्या प्रतिमाची सेंद्रीय रचना म्हणजे कविता. (संदर्भ- कविता आणि प्रतिमा, सुधीर रसाळ) यांचे मते प्रतिमा हा घटक कवितेला काव्यात्म मिळवून देतो.

"मी अचानक चंद्र घेऊन घरात आलो

बाप माझ्या कर्तृत्वावर चिडून आहे" (पृ.३९, दिवस निरुत्तर येतो)

'पत्नी' या शब्दाऐवजी 'चंद्र' हा प्रतिकात्मक शब्द वापरून कवीने 'कर्तृत्वावर चिडून' ही बापाची कृती अधोरेखित केली आहे. इथे 'कर्तृत्वावर' या प्रतिमेने मुलाच्या कार्यावर केलेला उपहास कवी दर्शवितो. गझलेतील हा शेर अगदी आजच्या तरुणाईच्या जगावेगळ्या, निरनिराळ्या कर्तृत्वावर, स्वभावावर, उपहासात्मकरित्या व्यंग साधत काव्याचा बहर खुमासदार वाढवतो आहे.

"मुकी रडते अबोली

जीव चिंधीचिंधी होते

तरी पुन:पुन्हा तिले

याद भरजरी येते" (पृ.७३, कालिंदीच्या डोहातून)

उपरोक्त काव्य जीव 'चिंधी-चिंधी, याद भरजरी,' हे प्रतिकात्मक शब्द, 'मुकी रडते अबोली' या कल्पनेला प्रतिकात्मकता, भाषाभिव्यक्ती निर्माण करीत येतात. अतिशय समर्पक व विस्तारित आशय वलय लाभलेल्या उत्कृष्ट प्रतिमांचा आस्वाद किशोरच्या कवितेतून स्वतः उकलने हेच श्रेयस्कर ठरेल.

किशोर आयुष्यातील अनंत अनुभवातून, निरीक्षणाने, नजरेने ही प्रतीके व प्रतिमाच्या स्वरूपातून अक्षराचे बीज प्रसवतो आहे. यात त्यांची कल्पकता चिंतनातून आलेली आहे. ही प्रतिमादृष्टी रसिकांचे मन सहज व्यापून घेते आहे आणि यामुळे त्यांची रचना गोळीबंद वाटते.

प्राक्कथा :

"गांडिव सुद्धा गळून पडले हतबल झाले कृष्णमुरारी

रणांगणावर समोर जेव्हा आला गडी शिखंडी रेss!" (पृ.६५, दिवस निरुत्तर येतो)

खरेतर काव्यात प्राक्कथा दर्शवून काव्यलेखन होणे, हे विरळच दिसून येते. मात्र आधुनिक वर्तमान परिस्थितीला आज काव्यात अधोरेखित करताना एखाद्या लोकमान्य, समाजमान्य रूढ कथेचा आशय व अर्थ, चिंतनशीलता व कल्पकता यांचा समन्वय साधत काव्यात नवे भावसौंदर्य, विचारसौंदर्य, अर्थसौंदर्य निर्माण करून नवे भान देणे, चिंतनास वाट करून देणे, ती कविता प्राक्कथा या रूपाने सादर झाली आहे. असे म्हणता येते.

किशोरच्या काव्यात प्राक्कथा योजून काही चारदोन कविता आल्यात. मात्र या कवितेकडे बघितले तर या कवितांचा आशय मनाच्या बेधुंद विचारात न मावणारा, तेवढाच गर्दी करणारा वाटून जातो. यामुळे मूल्यात्मक दर्जाची कविता तयार होऊन रसिकमग्न होण्यास मदत होते.

वरील उपरोक्त काव्यात कुरुक्षेत्रावरील युद्धाचे वर्णन डोळ्यासमोर तरळत संपूर्ण महाभारत कथा आठवायला लागते. एखाद्या साध्या दोन ओळीने संपूर्ण कथा व कथासार व त्यावरील चिंतन होत असेल तर त्या कवितेचा आशय किती विशाल आहे हे काव्यप्रयोजनातून कळून येते. अर्जुनच नव्हे तर संपूर्ण पांडव सैन्य आणि कृष्ण सुद्धा हतबल झाले ही परिस्थिती केवळ एका शिखंडीच्या पात्रामुळे घडली आहे. तेव्हा शिखंडीला मिळालेला वरदान, अर्जुनास मिळालेला शाप, यात मन डोकावते. रसिकाची उत्कंठा या कवितेतून महाभारतातील साहित्यात रुची निर्माण करण्यास मदत करते. हे सर्वात मोठे कवितेचे यश होय.

"ते आले... त्यांनी मला आग्रह केला." (पृ.८३,कालिंदीच्या डोहातून) तसेच 'दिवस निरुत्तर येतो' या काव्यसंग्रहात (पृ.२६) रावणाची प्राक्कथा दिसून येते.

"आमची झेप रावणाचेही पुढे

आम्ही धावत्या वाहनात करतो रेप..."

कवी किती विदारक वास्तव चित्रण या कवितेतून मांडतो. माणसाचं मन किंचाळायला लागते. या संग्रहातील (पृ.२५) एक शेर बघूया.

"राम नाही अंतरी ज्यांच्या जराही

तेच जाळाया निघाले रावणाला"

आमचं वागणं किती मर्यादेत मर्यादा पुरुषोत्तमासारखे आहे हे अगदी काळजात कोरून भरवीत विचार करायला लावणारे काव्य होय.

अयोध्येचा इतिहास उलगडणारी ही कथा व त्यातील झालेला विध्वंस अशा संदर्भांची जाणीव देणारी कविता, 'एक्कावन कविता माझ्याही' संग्रहात

(पृ.३८ते४०) "आता राम-बाबरी अयोध्येत नाही" या कविताद्वारा आलेली आहे. ही तर अगदी रंजक खुमासदार, मनाला तरल, आनंद, हसू आणि चिंतन करीत आसू आणणारी बोलीभाषेतील रंग, लय, ढब घेऊन साकार झालेली कविता होय.

द्रोणाचार्य, एकलव्य यावरील (पृ.८९) 'कालिंदीच्या डोहामध्ये' 'उजव्या नाकपूडीतून' या कवितेतून डोकावणारी प्राक्कथा सुद्धा अशीच आपणास बघता येईल.

एकंदरीत किशोरच्या कवितेत अनेक प्रतीके उपयोजली आहेत. प्रतिमाची सहज साधी मांडणी झालेली आहे. काही चार-पाच कविता प्राक्कथा घेऊन येताना कवितांचा बाज नामनिराळा वाटतो आहे. एकंदरीत भौतिक सत्यदृष्टीच्या कक्षेतील अनुभूती, साक्षात प्रदान करणारी तत्त्वचिंतनात्मक आकारास आलेली ही कविता, मानवी जीवनाला संवेदनशीलता प्रदान करते. यातून कवीचा दृष्टिकोन स्पष्ट होतो आणि काव्यानंद प्राप्त करायला रसिक किशोरच्या कवितेची वाट बघत असतो.

෧෩

६) पौराणिक, ऐतिहासिकसंदर्भांकित काव्य :

> "खरंतर ज्या काव्यात संदर्भाचे, उदाहरण दाखल्याचे परिमाण असते ते काव्य विलोभनीय वाटते. त्यातून समंजसपणा येतो. कवी वर्तमान व्यवस्थेतील वास्तव टिपताना काही कवितात ऐतिहासिक, पौराणिक संदर्भांचा वापर करतात. यामुळे त्यांच्या कवितेचा आशय बळकट होतो. मनात खोलवर झिरपत जातो."

'उजव्या नाकपूडीतून' (पृ. ८१,) या काव्यात द्रोणाचार्याचे पौराणिक संदर्भ येतात. "द्रोणाचार्यांनी मागितला आंगठा... एकलव्याला..." हा संदर्भ येतो. या एका संदर्भाने खरंतर हे काव्य अप्रतिम कलाटणीमय झाले आहे. पृ. १०५ वर शिवराय, महादेव या ऐतिहासिक पात्रांचा उल्लेख आहे. पृ. १५८ वर ज्ञानेश्वर, तुकाराम, येशू, पैगंबर आदीचे संदर्भ घेऊन "नक्कीच चला माणूस होऊया!" ही मानवतावादी भूमिका स्पष्ट करणारा कवी दिसतो. "तुझा चेहरा गूढ हसऱ्या मोनालिसासारखा" पृ.१३०, (परिच्छेदातील सर्व संदर्भ कालिंदीच्या डोहातून या संग्रहातील)

"लावा जिजाऊचा बिल्ला" पृ.५, "का बरं विठ्ठला" पृ.४, "क्रांतीज्योती पृ. २६, "आता राम-बाबरी अयोध्येत नाही" पृ.३८, "राजश्री" पृ.४३, "राम अल्ला येशू" पृ.६२, (परिच्छेदातील सर्व संदर्भ एक्काावन कविता माझ्याही या संग्रहातील)

"शब्दाचा भापटपसारा नि अर्थाचा बेगडीपणा

चांगलं ओळखून आहेत ते

कित्येक कवीचं महाकवीत्व

पुन्हा तुकाराम होणे नाही..." "पुन्हा तुकाराम होणे" (पृ.२० दिवस निरुत्तर येतो.)

भीत नाही कोणत्याही (पृ.२५) या कवितेतील एक शेर...

"राम नाही अंतरी ज्याच्या जराही

तेच जाळाया निघाले रावणाला"

रावण ही वृत्ती चांगली की वाईट आज यावर बरचसं संशोधन समोर आलं आहे. शरद तांदळेची 'रावण' ही कादंबरीही वाचली. रामायण खरंतर काल्पनिक की सत्य हा सुद्धा बराच वादाचा तेवढाच धर्म व श्रद्धेचा भाग इथे ठरला आहे. मात्र कवी 'रावण' या कवितेतून "रावणाचा गुन्हा एकच, त्यांनी केले होते हरण... फक्त हरण... वस्त्रहरण नाही आमची झेप रावणाच्याही पुढे..." (पृ. २६)

किशोरची ही कविता वाचून स्वतःला खूप मोठे समजून तोऱ्यात मिरविणाऱ्या एका कवीने व गावठी पुढाऱ्याने, "तुम्ही स्वतःला बुद्धिमान समजता काय? आमच्या रामाचा अपमान करता काय? रावणाला महत्त्व देवून काय फायदा, उदात्तीकरण करता काय?" असे प्रश्न उभे केले.

"काय बोलावे? कविता कळायला डोकं लागतं. कवितेत रावणाला मोठं म्हटलं नाही तर आपण रावणापेक्षा किती खलनायक आहोत ते शोधायचा प्रयत्न करायला हवा आहे." तेव्हा किशोरने दिलेली ही उत्तररुपी प्रतिक्रिया आहे.

काव्यात येणारी ही संदर्भवृत्ती, काव्यआशय परिणामकारक साधत अनुभव देत चिंतन करावयास भाग पाडणारी आहे.

॰౷

७) म्हणी :

"कोणी वंदा, कोणी निंदा. आम्ही करतो आपला धंदा." ही संत वाङ्मयातील म्हण गावागावात प्रचलित आहे. अशा म्हणीतून मानवी जीवनाचे तत्त्व समर्पक शब्दात बोलकं, स्पष्ट होतं. म्हणीतून खरेतर कृती आचरणाचे समर्थक पाठ मिळतात. विशाल आशय अत्यंत माफक शब्दात मनावर अधिराज्य मिळवून जातो. कविता प्रकारात विषयानुसार म्हणीचा वापर झाल्यास काव्याची रंगत वाढते. काव्यातील भाषेचे सौंदर्य बहारदार होऊन ती खुलून दिसते. मूल्यात्मक दृष्ट्या ती सकस होते. काव्यातील अर्थानुभव सहज साध्य होण्यास मदत होते."

किशोरच्या काव्यात प्रसंगात्मक म्हणीचा अल्पसा वापर काळानुरूप वर्तमानाशी सांगड घालून सांस्कृतिक भाव व्यक्त करण्यास्तव आला आहे.

"कुणी निंदा, कोणी वंदा

नाही याची तमा

मला सांगा वाऱ्याला का

कधी झाला दमा" (पृ.१२३, दिवस निरुत्तर येतो)

प्रस्तुत काव्यात 'कोणी वंदा, कोणी निंदा, आम्ही करतो आमचा धंदा" ही ग्रामीण म्हण सहज व्यक्त झालेली आहे. यातून वाऱ्याला कधी दमा होतो का? असा उपरोधिक प्रश्नही कवी करतो. खरेतर विशाल आशय सहज नेमक्या शब्दातून प्रकट करीत, मानवी संवेदना, भावना जागृत करण्याचं, तेवढंच प्रबोधन करीत समंजसपणा देण्याचं कार्य ही कविता करते आहे. यातून कवीचे रचनात्मक गुणकौशल्य, कसब किती उच्च प्रतीचे आहे, हे दिसून येते.

"माझी माय म्हणे

बाबू येवढंच शिक

पिकते तिथं कधी

विकत नाय पीक"

"जिथं विकत नाही, तिथं पिकत नाही" ही एक गावातील म्हण आहे. कवी खरंतर म्हणीचा सलग वापर न करता अर्थानुरूप विभंग पद्धतीने म्हणीचा समावेश करीत सहज रसिकांसमोर मनातील बोल प्रकट करतो आहे. जीवनातील व्यवहाराचे शास्त्र, गणित या म्हणीतून सहज अधोरेखित होते. यात आईच्या

तोंडून संवाद साध्य करीत काव्यमयता आणणे ही कल्पकता कवीने साधली आहे.

"आठ आण्याची कोंबडी चार आण्याचा मसाला." (पृ.१२४)

"दाखवायचे खायचे वेगळीच दात

नागासम कात- माणसाची" (पृ.५६,एक्कावन कविता माझ्याही)

"खरंच जेव्हा लहान होतो

तेव्हा महान होतो मी

आता मोठा झालो

अन् चक्क खोटा झालो मी" (पृ.२२,दिवस निरुत्तर येतो)

"वकील होशीन पोलिस होशीन का होशील लेका गुंडा?

अन् तीन्ही लोकी फळकोशीन आपल्या खानदानीचा झेंडा" (पृ.२८,दिवस निरुत्तर येतो)

"पुत्र व्हावा ऐसा गुंडा, त्याचा तीन्ही लोकी झेंडा." ही म्हण बोलीभाषेतून समोर येत काव्याचे लालित्य खुमासदार करण्याचे कार्य करते.

"तीन तीन लेकरं पण एक नाही कामाचं

म्हातारपण चाललं आहे नाव घेत रामाचं" (पृ.४४, दिवस निरुत्तर येतो)

किशोर उपरोक्त काही म्हणीचा वापर करीत सामाजिक भान देण्याचे कार्य करतात. खरेतर मोजक्या म्हणीचा वापर झाला असला तरीपण आशयाशी सुसंगत परिणाम दर्शवणारी व जीवनाला यातून बोधामृत देणारी किशोरची कविता वाटते आहे. प्रस्तुत काही कविता उदाहरणादाखल असल्या तरी रसिकाग्न होऊन आपण इतर म्हणी शोधाव्यात. असे सहज सर्वांनाच वाटेल.

૭

८) वाक्प्रचार :

"काव्यात वाक्प्रचाराचा अंतर्भाव झाल्यास त्यातून जीवनातील आशयाभिव्यक्ती गडद होण्यास सहज मदत मिळते. मनातील अर्थाभिव्यक्ती परिणामकारक साधता येते. किशोरची कविता यामुळेच सहज, अलगद अंतरंगात ठासून भरते आहे. कवीची अभिरुची आणि अनुभूती या दिवसूत्री परिघावर वाक्प्रचाराची जाणीव त्यांच्या काव्यातून सहज आत्मसात होते."

"वळणासवे जगाच्या मज वळता कधी ना आले

ढुंगणास पाय लावून मज पळता कधी ना आले" (पृ.४९,एक्कावन कविता माझ्याही)

उपरोक्त गजलेत 'ढुंगणास पाय लागणे' 'पडता कधी न आले' अशा बोलीभाषेतील वाक्प्रचार क्रियापदाचे स्वरूप स्वीकारत किशोर व्यक्त होतो. किशोरच्या अनेक वाक्प्रचाराने काव्याचा आशय बळकट होतो. संपूर्ण गजलेतील अर्थाभिव्यक्ती ही तात्विक विचारसृष्टी परिपक्व करण्याचे कार्य करते. कवी अधिक अंतर्मुख होऊन काळजातून शब्द पेरतो आहे, असा आभास होतो.

"रडून थकला निजला झुल्यात बाभळीच्या

स्तनांतून आईच्याही गेले आटून पाणी" (पृ.६०, एक्कावन कविता माझ्याही)

उपरोक्त 'पाणी' गजलेत 'कुठून, आटून, उठून, सुटून, गोठून, रुठून, फुटून' असे काफीये साकारत 'पाणी' या रदीफ द्वारा वाक्प्रचाराची जाणीव निर्माण करून देण्याचे कार्य यातून झाले आहे. मात्र 'पाणी आटून जाणे' हा स्वतंत्र वाक्प्रचार न वापरता 'पाणी आटून' असा अक्रियापदी वाक्प्रचाराचा भावार्थ ते काव्यातून व्यक्त करतात. खरेतर प्रत्येकांच्याच काव्यात वाक्प्रचाराची रेलचल असते. मग ते छंद, वृत्त असो वा मुक्ताक्षर असो. किशोर अनेक कवितात या वाक्प्रचाराच्या सहवासात मनातले भाव घेऊन तरंगताना दिसतात. यात नवल नसले तरी काव्याची खुबी जाणून घेण्यास्तव हे उदाहरण पुरेसं आहे.

๛

९) सुभाषिते :

"काव्यात सुभाषितांचा भावार्थ व्यक्त होणे, म्हणजेच भावनेच्या अभिव्यक्तीवरून आशयाचे विश्लेषण व त्यातील साधर्म्य सहज साध्य करणे होय. सुभाषिते माणसाला आचरणाची दृष्टी परिधान करतात. कृतीयुक्त व्यवहारात चांगले, वाईट या बाबीची उकल करण्यास जागृत करतात. एकंदरीत मानवी स्वभावाला पारखी बनविण्याचे शस्त्र म्हणजे सुभाषिते होत."

किशोरच्या कवितेत अत्यल्प सुभाषितांचा समावेश झाला आहे. जीवन कल्याणाच्या सर्वांग सुंदर वाटा यातून समोर येताना दिसतात. सुभाषितामुळे

कवीची कविता मनमोहक व रसिकप्रिय होण्यास मदत लाभते. खरंतर किशोर संवादमयी होतो तेव्हा वाटतं की, कवी हा स्वतः सुभाषितांच्या जगातील अनुभव लेऊन तो अस्वस्थ वर्तमानाशी झुंज द्यायला, शब्दांची स्फूर्तीदालने उलघडून काव्यात रममाण होतो आहे, असाच भास होतो. त्यांच्या काव्यात सुभाषिते प्रत्यक्ष दिसत नसली तरी, ते अंतर्मनाच्या गाभाऱ्यातून अप्रत्यक्षरीत्या सामावलेली दिसून येतात. असे सहज वाटून जाते.

"किनाऱ्यावर बुडालेल्यांनी

समुद्राला सांगू नये तुफानाच्या गोष्टी... (पृ.३३,कालिंदीच्या डोहातून)

"एकाच जागी नाही थांबू शकत

माणूस... पाऊस... आणि आठवणी सुद्धा."

खरंतर ही जीवनातील अंतर्भूत सुभाषिते आहेत. वैचारिक दिशा देणारे हे भाव, 'समुद्राला सांगू नये तुफानाच्या गोष्टी...' 'माणूस... पाऊस... आणि आठवणी... एकाच जागी नाही थांबू शकत.' कवी किती अंतःकरणातून गडद भाव साकार करीत प्रकट होतो आहे.

"भारत, मला खरेच माझा देश वाटतो." (पृ.३४, एक्कावन कविता माझ्याही)

"मनी भाव दुजा- वसतो" (पृ.४, एक्कावन कविता माझ्याही)

"शब्द हेची शस्त्र" (पृ.१२४, दिवस निरुत्तर येतो)

"घामाचे व्हावे अत्तर" (पृ.१०९, दिवस निरुत्तर येतो)

"माणसांचा धर्म पाळू

या जरासा घाम गाळू (पृ.८९, दिवस निरुत्तर येतो)

कवी प्रत्यक्ष-अप्रत्यक्ष अनेक सुभाषितांचा काव्यात समावेश करतो. यातून कवीचे मन, निर्णयशीलता, भाषाभ्यास, ज्ञान याची अलगद जाणीव होते. या सुभाषितांमुळे रसिकांना सर्जनशीलता प्राप्त होण्यास भर पडते आहे.

∽◦∾

१०) अभ्यस्त शब्द, द्विरूक्ती शब्द

"एखाद्या भाषेतील रुपिमांच्या पुनरावृत्तीनेतयार होणाऱ्या शब्दांना अभ्यस्त शब्द म्हणतात." अभ्यस्त शब्दांच्या प्रयोजनातून काव्याचा आशय बळकट होतो."

काव्यात अभ्यस्त शब्द वापरणे एक प्रकारचं तंत्र आहे. कदाचित अभ्यस्त शब्द अनावश्यक म्हणून वापरला गेल्यास वा एखाद्या ठिकाणी अभ्यस्त शब्द, द्विवृत्ती शब्द न वापरल्यास काव्यातील लय सुटते. काहीतरी चुकल्यासारखेच वाटते. शब्दाच्या पुनरावृत्तीमुळे खरंतर काव्यात अर्थता येते.

पूर्णतः अभ्यस्त : भिरभिर, भडभड, हरहर, हूरहूर कवाकवा, हळूहळू, धडधड, बडबड...

अंशतः अभ्यस्त : पानोपानी, सैरभर, अमकं-ढमकं, धसकट-फणकट, देता-घेता, उत्कट-बित्कट, दाणापाणी, वेणीफणी...

पूर्ण अभ्यस्त :

"आता वेडी हूरहूर

मनी साठवत नाही

काय-काय विसरलो

काही आठवत नाही" (पृ.६८, कालिंदीच्या डोहातून)

उपरोक्त काव्यात 'काय-काय' हा द्विरुक्ती शब्द आणि 'हूरहूर' हे पूर्णतः अभ्यस्त शब्द कवीने वापरले नसते तर..! रसिकांनी या बाबीचा विचार केल्यास, काव्यात या अभ्यस्त शब्दांची गरज लक्षात घेता येईल. किशोर असे अनेक अभ्यस्त शब्द काव्यात तरलपणे समावेशित करून जातो आहे. काव्यातील शब्दसंग्रहाला अधिक संपन्न घडविण्याचे कार्य यातून होते.

द्विरुक्ती शब्द :

फार-फार, पुन्हा-पुन्हा, येईन-येईन, शब्दा-शब्दात, कधी-कधी, कट-कट, कवा-कवा, कणा-कणात, फिरू-फिरू, अंग-अंगाने, नवे-नवे, खोटे-खोटे, खुशी-खुशी, रडता-रडता, आरसा-आरसा....

द्विरुक्ती हे शब्द जोडीने येतात. अर्थात एकच शब्द दोनदा येतो. यामुळे आशयातील अर्थावर विशेष भर पडते. अर्थाभिव्यक्ती ही नादमय होत आशय परिणामकारक होण्यास मदत होते.

द्विरुक्ती शब्दाद्वारा आशयातील अर्थावर विशेष भार देता येतो. कवीने चपखलपणे हे शब्द योजले आहेत. काव्यात मधुरता, नादमयता वाढून वैचारिक दृष्ट्या प्रगल्भ होत जाणारी किशोरची कविता श्रेष्ठ वाटते. यात कवीचे निरीक्षण, अनुभव तेवढे महत्त्वाचे उठून दिसते आहे. म्हणून किशोरच्या कवितेतील ही काव्यलक्षणे यथायोग्य भासतात.

"ते नक्की येतील

तुमच्या दारिद्र्याला

कडेवर घेतील

भाकरीचा तुकडा देतील

म्हणतील, मित्रहो..!

तुम्हीच घडवू शकता

अमकं अमकं, ढमकं ढमकं (पृ.६१, एक्कावन कविता माझ्याही)

चला तर अशा अनेक कवितांचा आस्वाद घेऊया...

११) उपहास (विडंबन) :

""परस्पर विरोधी स्वरूप आणि वास्तविकता या अज्ञानतेचा हास्यकार्य परिणाम म्हणजेच उपहास होय." (संदर्भ- डग्लस कॉलिन म्यूके, विनोदी मेथ्यूयनु पब्लिशिंग १९७०)"

उपरोधता ही सूक्ष्म निरीक्षणाने काव्यात तरलता आणते. कदाचित उपरोध विद्रूप होऊ नये ही खबरदारी साहित्यात घेणेही तेवढेच महत्त्वाचे असते. मानवी जीवनातील वास्तव चित्रण कवी सादर करताना उपहासात्मक बाबी समोर ठेवतो आहे. यातून प्रबोधन हाच हेतू मर्यादित नाहीतर इथे जे विद्रूपीकरण दिसते आहे, कुप्रथा, कुरीती, तऱ्हा, परंपरा यातील बेगडीपणा अनावश्यकता समोर आणणे, समंजसपणाची जाणीव देणे, हाच कवितेचा मुख्य हेतू आहे.

"ते आले... त्यांनी मला आग्रह केला

तुमच्याच हस्ते रावण दहन व्हायला पाहिजे

मी म्हटलं, "स्वारी...

अरे! मीच एक रावण आहे

तर मग मीच मला कसा जाळणार?"

...एक चिकित्सक बोलला...

"...यंदा तुम्हीच रावण म्हणून उभे रहा

आम्ही तुमचेच दहन करू"

मी म्हणालो, "हरकत नाही...

परंतु तुमच्यापैकी राम कोण आहे?

तर ते सगळेच उठून निघून गेले

सुपारी न खाताच,

प्रामाणिक होते बिचारे. (पृ.२३, कालिंदीच्या डोहातून)

खरंतर सांस्कृतिक रूढीपरंपरेवर कवी अगदी संयमित राहून वैचारिक दृष्टिकोन प्रस्तुत करतो आहे. यात उपहास विडंबन उच्च प्रतीचा आहे. उपहास याविषयी गंगाधर पानतावणे यांचे एक वाक्य बघूया, "उपरोधतेचे शस्त्र धारदार असते खरंतर या वाक्यार्थाप्रमाणे कवीची कविता धारदार आहे."

हसून एखाद्याची निंदा करणे, चेष्टा करणे, टर उडविणे, गंमत, टिंगल करणे या बाबी काव्यात गौण असतात. परंतु तुमच्यापैकी राम कोण? हा प्रश्न उपहासात्मकतेचे उत्तम उदाहरण आहे. आपली कृती मानवीय की अमानवीय, हिंसात्मक की अहिंसात्मक, छान की वाईट ही समज देण्याचे कार्य ही कविता करते. कवीची ही कविता तर एखाद्या सिनेमातील वास्तव्य घटनेची पुष्टी करते. "सत्यघटनावर आधारित काव्य" हे स्लोगन या कवितेला किशोरने नाहरकत वापरायला हवे. कवीची कविता दैनंदिन घटना, प्रसंगातील निरीक्षणाची नोंद यामुळेच ठरते. सहजच ती कविता स्वतःची वाटणे, हेच कवितेला मूल्यात्मक भाव चढविणारे आहे.

"रक्तात हात ज्यांचे आहेत माखले

एकेक मात्र त्यांचे निर्दोष दाखले" (पृ. ७९, दिवस निरुत्तर येतो)

"काय मी व्याख्या करू या संसदेची दोस्ता

ऐतखाऊ सांड सारे पोसणे आहे सुरू" (पृ.४३, दिवस निरुत्तर येतो)

"व्यवस्थेचे निर्मातेच म्हणती व्यवस्था बदलून टाकू

पुन्हा रथावर स्वार होऊनी यात्रेमध्ये आले डाकू (पृ.४२, दिवस निरुत्तर येतो)

"मोठमोठ्या लोकांचे

काम खोटे-खोटे

गरिबांच्या घरावर

मोठेमोठे गोटे" (पृ.१२६, दिवस निरुत्तर येतो)

"कुण्या गावातून आलास बाबा तू शोधित माणसांना

माणूसपण माणसातून येथून केव्हाच उठलेले" (पृ.६४, एक्कावन कविता माझ्याही)

"राजा तूच सांग आपल्याले हे अल्लग करणारे कोण?

हे कोण लमचे एकाच घराचे करणारे भाग दोन" (पृ.३९, एक्कावन कविता माझ्याही)

किशोर बोलीभाषेतील संवाद साधत जीवनात प्रामाणिक जगण्यास्तव अनेक उदाहरणे देऊन उपहासात्मकता दर्शवितो माणूसपणाची आर्त हाक घालणारा कवी खरंतर मुक्तछंदातही तेवढ़ाच उपहास साधत काव्याला रसिकांच्या मनमेंदूत ठाण मांडून बसायला लावतो.

कवी राजकीय प्रवृत्तीवर, अहंकारी, गर्विष्ठ मानवी वृत्तीवर, जेथे निरीक्षणाने सभोवताली चुकीचे भासतंय त्या साऱ्या बाबीवर उपहास साधत काव्यात अधोरेखित करतो यातूनच कविचा स्वभाव बघता येतो. नीतिमान विचारधारा जपणारी ही त्यांची लक्षणीय कविता आहे.

उपाययोजना, शासन नियोजन, विकास बाता, शेतकरी, श्रमिक जीवन, हे सारंकाही त्यांच्या दृष्टीस पडतं. खरंतर विषमतेवर ओरखडे ओढणारी ही शांत तेवढीच संयमी कविता ठरते आहे. कवी यातून आशावादी जीवनाची मांडणी स्वीकारतो. उद्याचा उष:काल तरी या टोचून बोलण्याने आल्हाददायक मनाला तारणारा व्हावा, हीच आशा करूया.

☙

१२) विद्रोह :

"साहित्यप्रांतात विद्रोही साहित्य हा प्रकार फार मोठ्या प्रमाणात रूढ झालेला आहे. यात कथा, कादंबरी यासोबतच कविता प्रकारातही विद्रोही रचना रचल्या जातात. विद्रोही साहित्य म्हणजेच अन्याय, अत्याचार, विषमता आणि शोषणाच्या वेदना जगापुढे मांडणारे साहित्य होय. यातून व्यवस्थेविरुद्ध टीका करून परिवर्तनासाठीची हाक दिल्या जाते. जागरूकता हा यातील स्थायीभाव आहे."

"तू तळहातावर नुसतेच
फोड जमा करीत बसू नकोस
तर...
तुझ्या पोटातील राग आणि
डोळ्यांतील आग ही शाबूत ठेव
नाहीतर तुझाच ताबूत बांधायला
पाहणार नाहीत मागेपुढे... (पृ.४२, एक्कावन कविता माझ्याही)

आयुष्यभर जीवन जगताना अनेक ठिकाणी फरपट होते. मनाने माणूस नाउमेद होतो, खचतो. तेव्हा कवी आपल्यावर ओढवलेल्या प्रसंगाची जाणीव ठेवत जखमा गोंजारत बसण्यापेक्षा आपल्या विरुद्ध अन्यायाची चीड ऊरात ठेवत यावर मार्गस्थ होण्याची सूचना करतो आहे. खरंतर हे विद्रोह पेरण्याचे कार्य या रचनेतून होताना कवी अगदी शामक आहे. अगदी संथपणे वाहणाऱ्या नदीप्रमाणे त्यांची कविता एल्गार पेरून जाताना दिसते आहे.

"मी जरी या विषवृक्षाची

एक फांदी असलो तरी...

मी सदैव तयार राहीन

परिवर्तनासाठी" (पृ.९, एक्कावन कविता माझ्याही)

कवी परिवर्तनासाठी सज्ज असल्याची ही ग्वाही आहे. कवी स्वातंत्र्याच्या शोधात आहे. धर्माधर्मांने रंगवलेला रंग यावर चिंतन करतो आहे.

"बलात्कार ज्यांनी केला, माझ्या निष्पाप भावनांचा

बुरखे ओढून सैतान ते तुम्हीच साव होते" (पृ.१९, एक्कावन कविता माझ्याही)

किती ही विषमतावादी परिस्थिती आहे. स्वातंत्र्यानंतरही स्वातंत्र्य शोधणारा आजचा मानव, खरंतर जगणं कठीण झालंय इथे! एकतर जीव द्यावा लागेल किंवा उठून प्रहार करावा लागेल? हाच पर्याय.

"एक एक जिवंत प्रेत पाहिलं की

मेलेलं काळीज चराचरा फाटतं (पृ.३३, एक्कावन कविता माझ्याही)

अगदी समर्पक विपरीत परिस्थितीचं हे विदारक विशाल आशय असलेले वर्णन होय. किशोरच्या अनंत कवितात परिवर्तनासाठीचा एल्गार आहे. आपण रसिक होऊन उलगडणार आहोत, मात्र याच विद्रोहासाठी एक पौराणिक संदर्भ देऊन कवी सहज संयमी होत काव्य रचताना अखेरच्या ओळीतून अर्थाभिव्यक्ती किती चपखल मांडतोय, तेवढं बघूया...

"तू जगतो कोणासाठी

अन् मरशील कोणासाठी

का अंगठा कापून देतो

त्या क्षुल्लक द्रोणासाठी" (पृ.६३, कालिंदीच्या डोहातून)

बैलाच्या डायरीतून ह्या वऱ्हाडी कवितेत कवीने व्यक्त केलेली चीड माणसाला अंतर्बाह्य हादरवून सोडते.

"विद्रोह तरी कुठे कसा

आन् कोणाजवळ करावा

सारेच सांड सायाचे
हरामखोर
कसायाले फितूर होयेल" (पृ. ३४)

"कवी सर्वसामान्य माणसाचं जगणं अतिशय प्रभावीपणे मांडत आहे. ही कविता तशी व्यथा विद्रोहाचीच कविता आहे. पण भाषा मात्र अतिशय संयमीत आहे. ही गोष्ट कवितेचे वेगळेपण अधोरेखित केल्याशिवाय राहत नाही." (संदर्भ-ज्ञानेश वाकुडकर, प्रस्तावना पृ.६, दिवस निरुत्तर येतो)

खरंतर जीवनात आपण आपलं अस्तित्व ओळखू शकलो तर विद्रोहाची गरजच उरणार नाही. बहोत खूब किशोरजी!

৩

१३) व्यक्तीवर्णनात्मक काव्य :

"व्यक्तीवर्णनात्मक काव्य हे जगविख्यात प्रसिद्ध व्यक्तीवर, त्यांच्या वैचारिकतेवर, गुणदोषावर आधारित असते, असे मुळीच नाही. तर प्रत्येक मानवी जीवनावर विशेष बाब म्हणून व्यक्तिपरत्वे त्या व्यक्तिमत्त्वावर केलेली ही कविता असते. यात वर्णन, कार्य, उद्देश, वैचारिकता, प्रेरणा व त्या व्यक्तिमत्त्वांचे संदर्भ देऊन आधुनिक घटना, प्रसंगाशी घातलेली सांगड कवितेच्या माध्यमातून समाजहीत दृष्टीने पुढे आणणे, सुयोग्य आशय, हितोपदेश देणे, राष्ट्रीय, सामाजिक, सांस्कृतिक अशा विभिन्न क्षेत्रातील जाणिवा समृद्ध करणे म्हणजेच व्यक्तीवर्णनात्मक काव्य अशी ढोबळमानाने व्याख्या करता येते."

'एक्कावन कविता माझ्याही' या काव्यसंग्रहात विठ्ठल (पृ.४), जिजाऊ (पृ.५), महात्मा फुले (पृ.८), सावित्रीबाई फुले (पृ.२६), राजर्षी शाहू महाराज (पृ.४३), याप्रमाणे व्यक्तीवर्णनात्मक काव्यसमावेशित आहे. यासोबतच रेल्वेच्या डब्यातील माणसे (पृ.५४), शेखचिल्ली (पृ.५६), गाव पाटील (पृ.२७), पेस्तनजी अंकल (पृ.२१), अशा इतरही समाजातील व्यक्तिमत्त्वांना आपल्या वैचारिक

मांडणीने खुमासदारपणे काव्यात समोर आणले आहे.

"आम्ही जगतोय तुमची

बहुजन जागृतीची चळवळ

अन्यथा

किड्यासारखेच वळवळत राहिलो असतो

राजश्री" (पृ.४३),

थोर व्यक्तींच्या जीवनातून, त्यांच्या कार्यातून आज काय प्राप्त झाले? पुढे आपण कसं आचरण करायला हवं? किती वैचारिक चिंतन कवी यातून करतोय. पेस्तंजी अंकल (पृ.२०) वरील कविता तर हास्याचे कळस गाठते. पेस्तनजीची बोलण्याची भाषाशैली, इंग्रजी, हिंदी, मराठी, गुजराती यातील संमिश्रता खरंच काव्य वाचताना रसिक अंतर्मुख होतो आणि या व्यवस्थेतील चिंतन अधोरेखित होते. यात उपहास, विद्रोह, विनोद असे कितीतरी शैलीविशेष, खरंतर ही सर्वांग सुंदर परिपूर्ण काव्यातील उत्तम पेशकश आहे. आपण सदर संग्रहातून नक्कीच वाचावी.

"थाऊजंड थाऊजंड फोल्ड ने बाबा..." "बहोत खूब...! साला, आम्हाला किशोरचं हे काव्य भारीच आवडलं हाय! किशोरला, साला इकडे-तिकडे फिरताना, गप्पा करताना, पेस्तनजी भेटला आणि त्यावर काव्य लिहिलं. आम्ही तर म्हणतो, सर्वांनाच असे व्यक्तीवलीत्व पारापारावर भेटतात, पण आपण कधी लक्ष देतो काय? त्यातील विशेष बाब हेरतो काय? नाही ना...! कथा, कादंबरीत येणारी ही बाब किशोर काव्यात अधोरेखित करणं, किती महत्त्वाचं हाय. ग्रेट आहेस बाबा! तुमची कविता खरंच ग्रेट हाय! साला आम्ही तं आता डोकं खाजवतच बसलो हाय."

जिजाऊ, सावित्री, महात्मा फुले, शिवाजी महाराज, तुकाराम महाराज, यांच्या विचारधारेसह रेल्वेच्या डब्यातील माणसं साकारणं, मूर्खतेचा कळस गाठणारा शेखचिल्ली या व्यवस्थेत बघणं, गाव पाटलाच्या स्वभावाचे पैलू विशेष मांडणं, काय लिहावं, किती बोलावं? आपण नक्कीच ती कविता रसग्रहण करावी ही अपेक्षा.

दिवस निरुत्तर येतो :

रावण ही वृत्ती, आज रावणावरून होत असलेला उत्सव सोहळा, कवीच्या मनातून वैचारिक चिंतन मांडून जातो आहे. कवीने रावण संदर्भाने दोन कविता साकारलेल्या आहेत. यात "भीत नाही..." ही गझल 'रावण' ही स्वभाववृती असलेल्या मानवी वृत्तीवर विडंबन करणारी सुरेख कविता होय.

"रावणाचा गुन्हा... एकच

त्यांनी केले होते... हरण...

फक्त हरण... वस्त्रहरण नाही... (पृ.२६)

राजकीय पुढाऱ्यावर 'साहेब' (पृ.७३) वरील कविता तर पुढाऱ्यांच्या व्यक्तीविशेषावर ओढवलेला आसूड होय. गरीब व श्रीमंत असे 'दोन विद्यार्थी' (पृ.१००) यातील स्वभावचित्रण म्हणजेच आजच्या शैक्षणिक जीवनातील असलेली खोल दरी, सामाजिक अंतर फार विलोभनीय मांडले आहे.

कालिंदीच्या डोहातून :

'उजव्या नाकपुडीतून' या कवितेत (पृ.९०) द्रोणाचार्य यांनी एकलव्याचे अंगठा तोडल्याचे पौराणिक संदर्भ देत आजच्या गुरु-शिष्य या नात्यातील शिष्यावस्थेतील तफावत मांडण्याऐवजी शेतकरी, दलाल, पुढारी, डॉक्टर, पेशंट यातील लुबाडणूक दर्शवित यातून सावधतेचा सहज इशारा कवी देतो आहे. कवीची कल्पनाशक्ती तर गरुडाप्रमाणे कुठेही, कधीही कशी झेप घेते याचा मागोवा ही कविता देते आहे.

"जेव्हा आपण कुलकर्णी असतो..." हे आडनावावरून, जातीवरून माणसे ओळखण्याची जी प्रथा रूढ झाली आहे. यावर खरंतर विनोदात्मक विडंबन आहे. यातील येणारी सर्व पात्र, व्यक्तीवर्णने म्हणजेच बाप, पाटील पंडित असला म्हणून मुलालाही पंडित समजणारी आजची वृत्ती यावर चपराक आहे. खरंतर अनेकदा अशा प्रवृत्तीने आपली गफलत झाल्याचे दिसून येते.

"देशपांडे काका कुठे राहतात?" (पृ.८) ही कविता तर संवादात्मक, नाट्यात्मक भाव असलेली सुंदर कविता आहे. एका अनोळखी व्यक्तीने पत्ता विचारावा आणि आपण अगदी सहज, सोपे उत्तर न देता त्या इसमास पत्ता सांगण्याऐवजी अख्खं जीवनाचं रामायण, महाभारत चिंधीचा साप केल्यागत कथन करावे. अगळपगळ माहिती देत विलंबाने मूळ मुद्द्यावर यावे, अशा विचित्र वागणाऱ्या स्वभावाचे हे चित्रण होय. खरेतर कवी या कवितेत मध्यवर्ती प्रमुख पत्ता सांगणारा इसम याची भूमिका वठवितो आहे. कवीचे कथात्मक पद्धतीने, सहज विनोदी शैलीने प्रकट होणे रसिकांना खूपच भावणारे आहे. एवढेच नव्हेतर कलात्मक पद्धतीने कवितेत येणारा क्लायमॅक्स बघूया...

"देशपांडे काका देशी दारूच्या दुकानात भेटतील

तुम्ही त्यांच्या कवितांना दाद द्या

ते तुम्हालाही पाजतील"

कवी उपरोक्त ओळीने जेव्हा शेवट करतो, तेव्हा वाचकाला चटका बसतो. आजच्या कवीचे दुःख, त्याची समाजावस्था, फार विदारक चिंतन. तेहत्तीस

ओळीच्या या काव्याने तर अखखी तीनशे तेहत्तीस पृष्ठांची कादंबरी अधोरेखित करावी, असे हे काव्य आहे. किशोर हॅट्स यू! सलाम तुमच्या या कल्पकतेला. आपल्या सारखा कवी या जिल्ह्यात दुजाच असेल कोणी! आम्ही नाहीं करू शकत आपली ज्ञानेश वाकुडकरांशी तुलना पण कदाचित आपले मन, मेंदू गर्भातूनच उपजत कवी म्हणून जन्माला आले आहे. हे मनोमन मांडावेसे वाटते. कवीचे असे विविध वर्णनात्मक काव्य, आज अशा कवितेची नितांत गरज आहे, असे वाटते.

☙

१४) संवादगर्भता :

"किशोरची कविता खरंतर संवादमयी आहे. काव्यात भाषिक कौशल्य म्हणून संवादात्मक मांडणीला फार अनन्यसाधारण महत्व आहे. त्यांच्या काव्यातील संवाद कवितेच्या आशयाला बळकटी देणारा आहे. यामुळेच तर ती कविता रसिकांना स्वतःची वाटते. किशोर अगदी चिंतनात्मक संवाद मांडतो. काव्याला एका लयीत सूत्रात गुंफतो, तर कधी त्यांची कविता स्वगत बनून समोर येते."

किशोर 'दिवस निरुत्तर येतो या संग्रहात पृ. १५, १६, ४६, ८४ वर, 'कालिंदीच्या डोहातून' यात पृ. २७, ७७, ९३ या कवितेत विशेष संवादगर्भता दिसून येते. कवी मुक्तछंदात जास्त प्रकट होतो त्यामुळे त्यांची कविता संवादरूपाने वाचकांसमोर येते, हे त्यातील एक छान कलावैशिष्ट्ये होय.

"देवबाप्पा पाऊस पाडतो

आई सांगायची लहानपणी

खोटं बोलायची बापडी" (पृ. ४७, दिवस निरुत्तर येतो)

"काय थट्टा करता राव! देश कृषी प्रधान म्हणता" (पृ. २७, कालिंदीच्या डोहातून)

"तो म्हणाला, "एवढं साधं गणित कळलं नाही तुला,

माझ्या डोळ्यात आता हाच प्रशन की

मी गणित विषयात पास कसा झालो. (पृ.१२३, कालिंदीच्या डोहातून)

कवी संवादमयी होतो, तर कधी मनातील अप्रकट भाव व्यक्त करताना सामाजिक, वैचारिक चिंतन प्रगल्भ करण्यास्तव स्वगत रूपानेही अनेक कविता समोर येताना दिसतो. (पृ. ८५) दिवस निरुत्तर येतो यावरील 'टी.व्ही' ही कविता कवीच्या स्वगत मनातील प्रकटलेली उत्तम रचना वाटते आहे.

"मी टी.व्ही. बंद करतो

तरी बंद होत नाही टी.व्ही...

माझा मेंदूच तर टी.व्ही. झाला नाही ना...!"

एकंदरीत अंतर्मनातून अगदी तल्लीन होत स्वगत, संवादमयी रचनांचा आविष्कार करणारा किशोर व त्यांची कविता विलोभनीय होत तार्किकतेकडे वळताना दिसते.

♬

१५) दुर्बोधता :

"ग्रेसांचे गूढकाव्य अगदी प्रचलित आहे. 'दुर्बोधता' हा खरंतर कवितेचा स्थायीभाव असू नये, मात्र केव्हा-केव्हा कवितेतील ओळीत अधून-मधून लपून बसला असावा असे वाटणे, त्यातील भाव शोधले की कवीच्या मनातील अर्थानुकुलता सहज साध्य करता येते."

किशोरची कविता गूढ नाहीच, ते दुर्बोधतेला टाळताना दिसतात. क्वचित प्रसंगी काव्यात आलेली दुर्बोधता ते उपहासात्मक तर कधी वैचारिक प्रगल्भतेणे शोधायला लावत अगदी रसिकांना सृजनशीलतेकडे वळवताना दिसतात. मात्र याचे प्रमाण त्यांच्या कवितेत नगण्यच आहे. म्हणून तर किशोरची कविता सहज, सोपी, मनात चटकन रुतून बसणारी, तेवढीच उठणारी, आकाशात संचारणाऱ्या पक्षागत दिसून येते.

"देहासन लपेटून उन्हे

प्राशीन चांदणी ओली

विहंग होऊन भटका

मोजेन नभाची खोली" (पृ. ७१, कालिंदीच्या डोहातून)

किशोरच्या कवितेची वीण घट्ट होत जाते. वैचारिकतेचा पाठलाग करीत गुढता व आत्मनिष्ठ भाव त्यात अलगद येतो. हेच कवीच्या काही रचनेतून वैविध्य दिसून येत आहे. प्रस्तुत कवितेत सामान्य दैनंदिन बोलीप्रवाहातील शब्दाऐवजी अप्रचलित पर्यायी शब्दाचा वापर अनपेक्षितपणे होतो, यामुळे खरेतर अर्थानूकुलता साधण्यास गहनता येते. 'देहास लपेटून उन्हे' ही सुंदर प्रतिमा प्राशीन या विशेषणास 'पिणे' या अर्थाने उकलण्यास भाग पाडते. 'प्राशीन, विहंग' हे शब्द प्रचलित नसून यामुळे यात दुर्बोधता जाणवते. मात्र हे अर्थानुभव सहजसाध्य करता येते. कवीच्या कवितेत याप्रमाणे दुर्बोध शब्दांचा समावेश बऱ्याच प्रमाणात होतो. याचा अर्थ त्याची कविता गूढ आहे असा नव्हेतर विचारांची प्रगल्भता रुंद करणारी ही कविता होय.

'दिवस निरुतर येतो' (पृ.४१) या संग्रहात 'अस्तित्व' ही कविता बघू जाता...

"आणि नसता शेजारच्या जोशी काकूंच्या

धाकट्या मुलाला... पोलिओ..."

ही सर्वांग सुंदर कविता रसिकांच्या बुद्धीचे चातुर्य पणास लावणारी आहे. चार दोनदा रसग्रहण करावी, तेव्हा कुठे भाव उलगडत जातो. कवी अंतरंगातून सखोल विचार केंद्रित होऊन गडद होत कविता लिहितो आहे. कवीची लेखनाविषयीची ही समाधीस्थपणाच त्यांच्या काव्याच्या उत्तुंगतेचे मापदंड आहे.

कलात्मक सौंदर्याने प्रेरित शब्द, वलये साकारीत आलेली ही कविता गूढ नसली तरी बऱ्याच कवितात दुर्बोधतेची अंशतः जाणीव होणे, हे सहज वाटणे स्वाभाविक आहे. मात्र अर्थ उगाळायला लावत हळूहळू झिरपत जाणारी ही कविता आहे.

๑๑

१६) काव्यनिर्मिती संदर्भ :

"शब्दांनी घडविल्या गेलेल्या प्रतिमांची सेंद्रीय रचना म्हणजेच कविता होय." (संदर्भ- सुधीर रसाळ) कविता हा साहित्यातील महत्त्वपूर्ण तेवढाच प्रचंड मोठ्या प्रमाणात हाताळला जाणारा प्रकार आहे. कविता छंदोबद्ध, मुक्तछंद, रसबद्ध असते. यातही गझल,

अंगाई, अभंग, आर्या, ओवी, कनिका, खंडकाव्य, गीत, चौपदी,
दशपदी, दिंडी, चारोळी, नाट्यगीत, निसर्गपर, पोवाडा, बालकविता,
बालगीत, शेतकरीगीत, भावगीत, महाकाव्य, मुक्तछंद, रुबाया,
लावणी, विडंबन, विनोदी, श्लोक, साकी, सुनित, हायकू अशा अनेक
प्रकारात कविता केल्या जातात. "

कवितेतून जीवन कळते, समजते, उमजते. कविता प्रबोधनाचे माध्यम होय. मनाच्या भावना, वस्तुस्थिती, मन:स्थिती व्यक्त करण्याचे माध्यम होय.

"अर्थावाचूनी बोल सुंदर जरी शोभा न त्यात असे

शृंगारुनि उगाच प्रेत, परि ते जिवंत का होतसे?" (गोविंदाग्रज)

एकमात्र खरं 'बिटवीन द लाईन्स' कवितावाचन म्हणजे शब्दांच्या पलीकडील अनुभूतीला स्वीकारणं होय.

किशोरच्या काव्यनिर्मितीचे प्रयोजन मुक्तछंद व छंदात्मक पातळीवर व्यापकरूपाने समोर येत रसिकप्रिय झाले आहे. जीवनातील अनुभवाला निखळ मनोरंजनात न अडकवून ठेवता, नवा विचार प्रसवणारी प्रबोधनमयी, परिवर्तनात्मक त्यांची कविता आहे. स्वातंत्र्याची अभिव्यक्ती मांडत कवी हौस म्हणून कवितेकडे न बघता समाजकेंद्रित व मानवकेंद्रित काव्याचा गाभा त्यात दिसून येतो.

काव्यात अनेक विषय, उपविषय त्यांनी रचले आहेत. सशक्त समाज निर्मिती व सशक्त आचरण व्हावं, घटनात्मक मूल्य रुजावी हाच त्यांचा हेतू आहे.

किशोर कविता निर्मितीस्तव काही कवितातून काव्यनिर्मिती विषयक कवितांचा समावेश संग्रहात करतात. यातून त्यांची मनोभूमिका कळते. काव्याप्रति असलेली त्यांची जिवलग मैत्री समजून घेता येते.

"दर दीड-दोन मिनिटांनी

येऊन थांबणाऱ्या, लोकलसारखी

येत-जात असते...

कविता मनाच्या पटलावर" (पृ.१८, दिवस निरुत्तर येतो)

कवीचं मन किती कवितामय आहे, संवेदनशील आहे, याची प्रचिती यातून येते.

"जेव्हापासून गझल आली सोबतीला

जगणे-मरणे दोन्ही झाले छान आता" (पृ.६२, दिवस निरुत्तर येतो)

कवी गझल या प्रकारात रमतो. त्यांना गजलेची चांगली जाण आहे. ते गजलेमुळे जीवन जगण्याचा मार्ग कसा छान झाला आहे हे नकळत मान्य

करतात.

"अखेरीस ती गझल होती सोबतीला

साथ जेव्हा सोडली माझी साऱ्याने" (पृ.९१, दिवस निरुत्तर येतो)

खरंतर एकांतपणात स्वतःला उभं करणारी, आधार देणारी, समंजसता देणारी, गझल, कविता कवीची जणू सखी होते. म्हणूनच छंद हवाच, तो कुठलाही असो.

कवीला जगायचे भान मिळाले तेवढेच तत्त्वज्ञानही मिळाले हे अलगद कवी मान्य करतो. (पृ.१२८, दिवस निरुत्तर येतो)

'एक्कावन कविता माझ्याही' या संग्रहात 'कविता अजूनही बरंच काही असते' या संदर्भाने आलेली संपूर्ण कविता काव्यप्रति असलेली जाणीव व्यक्त करते. काव्य म्हणजे वेदनाशामक गोळी, सणात मिळणारी पक्वान्न पोळी, चिंतन, मंथन, मनन, प्रवचन, प्रबोधन, भजन, कीर्तन एकंदरीत मानवी मनाचा सागर होय. असे ते सहज व्यक्त करतात. या संग्रहातील 'माझी शेवटची कविता' (पृ. ६५) अगदी मनाला सुन्न करून जाणारी आहे. किशोरच्या कवितेवर अन्याय होऊन दिवस गेले आहे. ती गर्भार आहे. आता तिच्या गर्भातून काय बाहेर पडेल याचीच कवी वाट बघतोय. तोवर नवीन कवितेचा आग्रह धरू नका. असे सहज सांगून जातो. कालिंदीच्या डोहातून या संग्रहात तर किशोर पृ. क्र. ८, ९, १०, १४, २८, ४२, ४८, १००, १११, ११२, ११३, १२४, वर काव्यनिर्मितीचे प्रयोजन व त्यांची मनभूमिका अगदी वैचारिक चिंतनातून समोर आणतात. आपण रसिक म्हणून ती उलघडावी एवढेच.

"कवितेने राहू नये मिंधे... कुणाचेही

राहावे कायम चीरतरूण

येऊच नये वार्धक्य कवितेला

माझ्या... तुझ्या... अगदी कुणाच्याही" (पृ.९, कालिंदीच्या डोहातून)

कवीचा आपला एक बाणा आहे. यात अगदी मनातील सकारात्मक भूमिका ठेवून शब्दाने वज्रघातरुपी बरसणारी ही कविता, काव्यनिर्मिती अनुषंगाने कशी असावी याबाबत खरेतर नवोदितांना, अभ्यासकांना, रसिकांना समंजसपणा देणारी दाणेदार तेवढीच बाणेदार कविता भासते आहे.

१७) छंद, वृत्त, पद्य

"किशोरची कविता छंद, वृत्त व मुक्तछंदातील आहे. किशोरची रचनाशैली अभ्यासपूर्ण असून कवी अनिलांच्या मुक्तछंदाला बेभानपणे नावीन्यतेने कल्पक होत साकारणारी त्यांची गोजिरवाणी रचना आहे."

कवीच्या काही रचना गेयरचना म्हणजे पद्य स्वरूपाने लयबद्ध रीतीने साकार झालेल्या दिसतात. कवीला मुक्तछंद हा काव्यप्रकार फारच भावलेला आहे. त्यात त्यांचा हातखंडा आहे. विषयाचे स्वरूप व आशयाकडे फार मोठे लक्ष केंद्रित केलेले आहे.

काही प्रमाणात समान मात्राचा वापरही कवीने केलेला आहे. मात्र त्यात वृत्तप्रकार आढळून येत नाही.

"सगळं काही ठीक

आणि ओके सुद्धा

श्वास, स्पंदन, काळीज

आणि ठोके सुद्धा" (पृ.८०, कालिंदीच्या डोहातून)

प्रत्येक ओळीत दहा मात्रांचा समावेश दिसून येतो.

अभंग रचना:

"सखे तुझे आहे

कापसाचे अंग

आणि माझा संग

विस्तवाशी (पृ.१४९, कालिंदीच्या डोहातून)

अष्टाक्षरी :

"देह झिजतो तो मरतो

आणिक जळून जातो

मतलबी आत्मा साला

क्षणात उडून जातो" (पृ.८१, कालिंदीच्या डोहातून)

गझल:

"गझलवर कवीचं प्रेम आहे. गझलच्या फार्म मधल्या बऱ्याच रचना यात आहेत. शेर तंत्रशुद्ध आहेत पण मध्येच तंत्राची पकड अचानक सैल झालेली दिसते." (संदर्भ- प्रस्तावना, ज्ञानेश वाकुडकर, दिवस निरुत्तर येतो)

"योजना आता अशाही योजणे आहे सुरू

राहिले जे श्वास बाकी मोजणे आहे सुरू

जीवनाचा सूर्य जेव्हा मावळाया लागला

चार खांदे कोण देतो शोधणे आहे सुरू (पृ.४०, दिवस निरुत्तर येतो)

किशोरची गझल मनाला जेवढी मोहिनी घालते तेवढीच रसिकाग्न होत चिंतनशीलता निर्माण करणारी आहे. प्रा. ज्ञानेश वाकुडकर यांच्या मतानुरूप काही प्रमाणात तंत्राच्या बारकाव्याकडे दुर्लक्ष होऊन 'मुक्त गझल' झाली. अर्थात कवीने स्वेच्छ्ने आणि जाणीवपूर्वक घेतलेले स्वातंत्र्य आणि त्यानुसार केलेली ती रचना होय. एकंदरीत कवी छंद, मुक्तछंद अशा रचना प्रकारात अनुभवी, अभ्यासू आहेत. त्यांना समाजसापेक्ष काय लिहावे? कसे लिहावे? गरजेनुरूप उत्तम आजचे लेखन कुठले? हे ज्ञात आहे. म्हणूनच किशोर मुगल हे आज नामवंत कवीच्या रांगेत अभिमानाने उभे ठाकले आहेत.

बालकविता:

किशोरच्या प्रकाशित संग्रहात बालकविता हा प्रकार आढळून येत नाही. मात्र एक्कावन कविता माझ्याही या संग्रहात 'पाऊस' ही सदृश्य बालकविता आलेली आहे.

"खिजवितो पाऊस- रिझवितो पाऊस

आठवांच्या घरांना- भिजवितो पाऊस

रडवितो पाऊस- हसवितो पाऊस

येईन येईन म्हणता- फसवितो पाऊस" (पृ.५७)

कवीच्या काही अप्रकाशित बालकविता असून त्या अगदी साध्या, सोप्या, सुटसुटीत रचना आहेत. यातून बालकाचे मन, त्यांचे विश्व समृद्ध करण्याचा काहीसा प्रयत्न कवीने केलेला आहे.

'मुंगीचा चहा, ढमीचे लग्न, जंगल गंमत, घड्याळराव, पाऊस' अशा काही बालकविता बालकांना रंजकतेतून विचारगर्भतेकडे नेणाऱ्या रचना आहेत.

"आल्या आल्या आल्या

आजीबाई आल्या

पावसात भिजल्या नि

ओल्या चिंब झाल्या" (अप्रकाशित, ढमीचे लग्न)

किशोरची कविता विनोदी अंगाने मुलांना आनंद देऊन जाणारी आहे. कवी यातही अगदी सराईत आहेत. मात्र ते वैचारिकतेतून समाजोन्नतीकडे जास्त लक्ष देत असल्याने बालकवितात त्यांचे मन क्वचित रमलेले आढळून येते.

१८) अलंकृतता :

"'भामह, दंडी, वामन आधी प्रारंभीच्या साहित्यशास्त्रज्ञांनी काव्यतत्त्वाचा विनय करताना अलंकार रूपविशेषाला महत्त्व दिलेले आहे. "काव्य ग्राह्य अलंकारात" ही वामनाची उक्ती बघताना त्यांना उपमादी अलंकार अभिप्रेत नाहीतर सौंदर्य म्हणून अलंकार अभिप्रेत आहे.' (काव्यशास्त्र प्रदीप- डॉ. स. रा. गाडगीळ, पृ. ६)"

सौंदर्य हेच अलंकार असून ते काव्यातील पूर्णत्व आहे. किशोरच्याही कवितेत अलंकाराचे विशिष्ट सौंदर्य न्हाऊन आल्याचे दिसते. यामुळे त्यांची कविता जिवंत जाणिवेचा आविष्कार झाल्याबद्दल भासते. ती हवीहवीशी वाटते.

"येताना रोज खेळून
चिंबून येतो बेटा
आश्चर्य आज पोरगा
भिजून आला नाही" (पृ.५१, कालिंदीच्या डोहातून)

प्रस्तुत कवितेत "अजून, सजून, चिंबून, भिजून, म्हणून, विझून, खिझून अशा शब्दांचा वाक्यात चरणात एकाच वर्णाचा, स्वरांचा वारंवार पण भिन्न शब्दातील वापर कवीने केला असून, अशा शब्दयोजनेमुळे 'अनुप्रास शब्दालंकार' साध्य होऊन काव्याचे सौंदर्य उत्तम प्रकारे मांडल्याचे दिसून येते.

"ईश्वरास तू पुजतो ज्या
निघेल तो अंती पत्थर
एकच इच्छा ही माझी
घामाचे व्हावे अत्तर" (पृ.१०९, दिवस निरुत्तर येतो)

प्रस्तुत ओळीत शब्दार्थ उघड असून 'दगडाला पुजतो आहोत, श्रमाचे चीज व्हावे' असा लक्षणेने अर्थ प्राप्त होतो. यात शब्दार्थ व लक्षणार्थ दोन्हीची मिश्रावस्था 'अझहल्लक्षणा' या अर्थालंकाराची निर्मिती करून जाते आहे.

"कसा जीवघेणा ऋतू हा प्रिये,

पिकांनीच या कापली माणसे" (पृ.७१, दिवस निरुत्तर येतो)

'पिकांनीच या कापली माणसे' कवी उपरोक्त ओळीतून असंभाव्यता दर्शवणारी कल्पना करतो आहे. त्यामुळे 'अतिशयोक्ती' अलंकाराची निर्मिती होते.

"आता, तुम्ही म्हणाल ते कोण?

तर हेच द्रोणाचार्यांचे वंशज

द्रोणाचार्याने मागितला होता अंगठा

एकलव्याला... एकदाच...

हे मागतात नित्य नेमाने तुमचे

शाई लावलेले बोट" (पृ.८९, कालिंदीच्या डोहातून)

प्रस्तुत कवितेत ललितवर्णनातून वास्तवाचा कल्पिताशी संबंध जोडत निर्माण झालेले सुंदर काव्य होय. यात 'कवीकथा' अर्थालंकार निर्माण झाले आहे.

"दरदरून फुटेल घाम

ना कामी येईल राम

ये स्वतःच रावण होऊ

अन तमाम करूया काम" (पृ.६३, कालिंदीच्या डोहातून)

प्रस्तुत ओळीत 'घाम, राम, काम हे यमक तसेच अंत्यपूर्व यमक 'तमाम' आले आहे. यातून 'यमक' शब्दालंकार साधला गेला आहे. कवी बहुतांशी कवितात असे अलंकार योजतात.

"देशपांडे काका कुठे राहतात हो?" (पृ.१०९, कालिंदीच्या डोहातून) वरील ही संपूर्ण कविता वास्तवाची अप्रत्यक्ष जाणीव करून देणारी आहे. यातून 'अनुमान' अर्थालंकार निर्माण झालेला आहे. 'देशपांडे काका तुम्हाला सध्या दुकानात भेटतील... तुम्ही त्यांच्या कवितांना दाद द्या... ते तुम्हालाही पाजतील."

चला तर असंच कवी किशोरच्या कवितेतला अर्थानुभव पिऊया...! कदाचित किशोरला प्रत्यक्ष भेटल्यास त्यांच्या कवितांना तुम्हीही दाद द्या... ते तुम्हास नक्कीच पाजतील!

काव्यशास्त्रात ७१ अलंकाराची नोंद आहे. किशोरच्या कवितेत असेच बहुतांशी अलंकार शोधल्यास आपणास सौंदर्यांकीत रूपाने मिळतील. 'अद्भूत गुण, अतिशयोक्ती, अनन्वयन, अनुमान, रूपक, एकावली, उपमा' असे अनंत उदाहरणे आपणास कवितेत खुणावत आहेत.

੭੭

१९) रसशास्त्र :

""वाक्य रसात्मक काव्यम्" रसयुक्त वाक्य म्हणजेच काव्य होय. निरस शब्दांनी काव्यात रूक्षता येते. म्हणून रसयुक्त काव्यरचना करायला हवी. 'राजशेखर' या कवीने रसाला काव्याचा आत्मा म्हटले आहे."

खरंतर अगोदर काव्यरचना होते. त्यानंतर त्यात कुठली रसप्राप्ती झाली आहे हे आपण शोधतो. मात्र कवीने कविता करताना आपण कवितेला कुठल्या रसात समावेशित करणार आहोत. याचा विचार करायला हवा. त्यानूरूप काव्यात शब्दाचे प्रयोजन व्हायला हवे.

"एकंदरीत रस म्हणजे रसिकांच्या मनातील उत्कट भावना जागृती व नंतर अशी भावना जागृती करण्यास समर्थ असे त्या भावनांचे काव्यातील वर्णन होय." (काव्यशास्त्र प्रदीप- डॉ. स. रा. गाडगीळ, व्हीनस प्रकाशन पृ.१११)

काव्यशास्त्रात शृंगार, वीर, बीभत्स रौद्र असे चार मुख्य रस असून, हास्य, अद्भुत, भयानक करूण हे उपरस आहेत. तसेच शांत व भक्ती या रसालाही शास्त्रात स्थान मिळून नऊ रस निर्माण झालेले आहेत. किशोरची कविता कुठल्या रसशास्त्रीय दृष्टिकोनांनी ल्यालेली आहे, हे काही उदाहरणाद्वारे बघूया.

"रुप न्याहाळीता माहे मीच होते दंग
माह्या कांतीपुढे फिका पडे पुनवेचा रंग
पदर ढळता जरासा जाते मोहरून अंग
काल शिवलेली चोळी आज कशी झाली तंग" (पृ.५०, दिवस निरूत्तर येतो)

प्रस्तुत बोलीभाषेतील ही कविता अगदी लावणीच्या थाटाने आलेली असून कवीने 'देहाचा अभंग' या माध्यमातून शृंगार रसाची निर्मिती साधली आहे. अगदी स्त्रीदेहाच्या वर्णनाने उत्तेजना निर्माण करीत उत्कंठा वाढविणारी रसभरीत शब्दरचना म्हणून याकडे बघता येईल.

कवी 'दिवस निरूत्तर येतो' या संग्रहात पृ. ५०, ६८, १०५, ९०, ९३ वरील कविता शृंगाररसाचा भावार्थ घेवून येतात. विशिष्ट आकर्षण निर्माण करणारे मादक शब्द,

वापरलेल्या उपमा ठळक जाणवतात. कवीच्या अन्य कवितातील बऱ्याच ओळी, कडवीही या रसांची प्रचिती आणतात.

"गन्यानं आपली सारी अक्कल ठेवली गहान

उतारवयात लगन करून बायको आणली जवान

आता हा झाला फ्रीज, अन् ते झाली हीटर

ह्याच्यावालं आगदुरच बंद होतं मीटर" (अप्रकाशित)

किशोर बोलीभाषेत फार सुंदर लिहितो. त्यांच्या अनेक कविता या प्रकारच्या आहेत. सदर कवितेतून हास्यरस निर्मिती करीत रंजन, विडंबन, प्रबोधन, उपदेश देण्याचे कार्य ते करतात. म्हणूनच त्यांची कविता ही सर्वांना आपली जवळची वाटते आहे.

"पार्कच्या कंपाऊंड भिंतीवर कोणीही लघवी करू नये

ती भिंत शोधायची... (पृ.१०९, कालिंदीच्या डोहातून)

"देशपांडे काका कुठे राहतात?" ही कविता मार्मिक उपरोधिक होत मानवी प्रवृत्तीवर विडंबन करीत मिश्किलपणे हास्याचे कारंजे फवारते. रसिक चमत्कृतीपूर्ण या कवितेतील आशयाला अखेरच्या ओळीत रममाण होऊन पोटभरून हसू लागतो. लौकिक सृष्टीतून अलौकिक सृष्टीत नेण्याचा उद्देश पूर्ण करीत हास्य रसाची प्रचिती देणारी ही कविता होय. तसेच 'माझ्याही एक्कावन कविता' या संग्रहातील 'पेस्तनजी अंकल' ही कविता बोलीभाषेचा उत्तम नमुना असून, त्यात मानवी स्वभावावर झालेले विडंबन अगदी हास्यरस निर्माण करते. तेवढीच ही कविता बीभत्स रसाचीही प्रचिती देते आहे.

"जोवरी तू साला सुधारणार नाही

इंडियामंधी माणुसकीचा भाव बी

वधारणार नाही" (पृ.२०)

कवितेतून पेस्तनजी मानवी स्वभाव, आचरणाचे पैलू बीभत्सदर्शनातून भयानकतेचे रूप दर्शवते. मानवतेची लुप्त परिभाषा दर्शवते. हे त्या वृतीने बीभत्सभाव दर्शन होय.

"उखडून फेकण्या हा तंबूच भामट्यांचा

सामील व्हा तुम्ही रे सारे गटात माझ्या" (पृ.९९, दिवस निरुत्तर येतो)

प्रस्तुत शेरातील भावार्थ हा विद्रोह तत्त्वाचे नारे घेऊन येत पुरुषार्थास स्फुरण चढविते, तेव्हा वीर रसाची निर्मिती होते.

"भाकर कशात रांधवी

मायला प्रश्न पडतो

अन् तो पडतो

घरातील प्रत्येक भांड्यात" (पृ.४१, एक्कावन कविता माझ्याही)

करूण रस हा रौद्र रसाचा उपरस आहे. कवी कुटुंबातील विदारक परिस्थितीचे चित्रण आईच्या मनभावनेतून मांडतो. आईच्या मनाची अवस्था रसिकांना करूून रसाची प्रचिती देत, मनात परिस्थिती चित्रणाचे थैमान मांडते आहे.

"काल मले बगिच्यात भेटला होता राम

थंड्या हवेत बी त्याले, सर्र फुटला होता घाम" (पृ.३८, एक्कावन कविता माझ्याही)

प्रस्तुत कवितेतील भावार्थ हा कवीमनाच्या कल्पना अद्भूततेकडे नेणाऱ्या आहेत. यामुळे अद्भूत रसाची प्रचिती येते.

"तू जगतो कोणासाठी

अन् मरशील कोणासाठी

का अंगठा कापून देतो

त्या क्षुल्लक द्रोणासाठी" (पृ.६३, कालिंदीच्या डोहातून)

उपरोक्त भावार्थ हा कवीच्या मनात रौद्रावतार निर्माण करीत तो उपदेश देतो नव्हेतर दरडावून प्रश्न समोर उभा करतो आहे. यामुळे रौद्रावतार रस निर्माण होते. मानवी संतापावरील हे काव्य परखड वाटते आहे.

खरेतर प्रत्येकच काव्यात, भावार्थात कुठला ना कुठला रस रसिकांना अलगद भेटतो. कवीच्या अंत:करणातील भाव, त्यातील काव्यार्थ, विभाव, अनुभाव यांच्या साह्याने व्यक्त होतात म्हणजेच रसरूप पावतात. रसिकांनी साधारण्याच्या पातळीवर वरून त्यांच्या कवितेचा आस्वाद घ्यावा...

७

२०) प्रयोगशीलता, नावीन्यता व कल्पकता

"किशोर कवितेचा पाईक आहे. त्यांच्या मनमेंदूत कविता ठासून भरलेली आहे. त्यांना जणू कवितेची नाडी सापडली आहे."

"दर दीडदोन मिनिटांनी येऊन थांबणाऱ्या लोकल सारखी येत-जात असते कविता, मनाच्या पटलावर..." (पृ.१८) कवी स्वतः कवितेबद्दल स्व:मनातील भाव प्रकट करतो आहे. म्हणजेच कवितेप्रति जागृत असलेल्या कवीच्या कवितेत प्रयोगशीलता, नावीन्यता व कल्पकतेचा साहजिकच अंत:र्भाव आहे हे सांगणे न लगे!

त्यांच्या कवितेत वैशिष्ट्यपूर्ण काव्यशैली, मांडणी साकार झालेली आहे. मानवी जीवनावरील अनेक घटना, प्रसंग, प्रवृत्तीवर, व्यक्तीवर आगळे-वेगळे कल्पनात्मक भाव व्यक्त करीत त्यांची कविता मनाला आल्हाददायकता देऊन जाणारी आहे. 'हसू, अश्रू आणि करुणामय गडद भाव यातून वैचारिक सर्जनशीलता देणारी ही प्रेरक कविता होय. क्षणिका हा काव्यप्रकार अगदी नावीन्यतेची गोडी देतो. त्यातील ही प्रयोगशीलता मनाला वेडावणारी वाटते.

१) "तुला पाठवलेलं पत्र...

काल परत आलं

पत्रासोबत तू परत आली असतीस तर...

सार्थक झालं असतं माझ्या पत्याचे..." (अप्रकाशित)

२) मी हिम्मत करून...

तिला 'आय लव यू' म्हटले.

तिने अगदी सहज 'लव यू' म्हटले

आणि मी नखशिखांत घाबरलो." (अप्रकाशित)

किशोर प्रेमावरच नाहीतर समाज परिस्थिती, संस्कृती, सत्ता अशा विस्तीर्ण आशयाला चपखल दोनचार ओळीत क्षणिकांच्या माध्यमातून मांडतो. अख्खी कादंबरी उलगडणारी ही प्रयोगशील कविता, त्यांची कल्पकता विचारांच्या पलीकडे नेणारी आहे. कवीने असं नावीन्यतेतून समोर येणं हे नामनिराळ्या कवीचे लक्षण होय.

कवीची कविता स्वगत होते तर कधी संवाद, नाट्यशैलीने अनंत भावात दरवळते. इंग्लिश-मिंग्लिशचा वापर झालेली ही नावीन्यपूर्ण कविता भासते.

अभंग प्रकाराला आधुनिक थाटाने व्यक्त करणे, 'दिवस निरुतर येतो' संग्रहात 'महागाईचा अभंग' पृ.३७, 'शुभविवाह' यावरील अभंग पृ. १०७ ही प्रयोगवृत्ती तसेच, 'देहाचा अभंग' शीर्षक देऊन मुक्तछंद निर्माण करीत शृंगाररसाची आरास पेरणी करणे ही कल्पकता फार विलोभनीय आहे.

कवीचं सैरभैर मन, जगतानाच्या नोंदी रूपी कविता करतो. काही सुचत नसलं तरी कविता मांडतो. कालिंदीच्या डोहातूनही जणू सखीशी अंतर्मुख होत संवादमयी

बोलीभाषेतील लुप्त शब्दांना काव्यात अंतर्भूत करतो. हे एक काव्यातील वैशिष्ट्य आहे.

खरेतर प्रयोगवृत्ती बाळगून काव्यरचना तंत्रात नावीन्यतेची कास धरत, मनाचे कल्पनाबंध रेखाटणारा किशोर उत्तम कवी होय. कविता रसग्रहणाने आपल्याही ध्यानात येईल.

अनुकरणशीलता :

किशोरच्या कवितेवर पूर्वसुरीचा कोणताही प्रभाव दिसत नाही. यातच त्यांच्या कवितेचे वेगळेपण आहे. त्यांचे कविता विषय स्वतंत्र बाण्याने आले आहेत. त्यांची काव्य अभ्यासशैली स्वतंत्रपणे समोर येते. कवीचे विषय निवडण्याचे तंत्र नामनिराळे आहे. कवीने कुठल्याही कवितेचे अनुकरण केले नसल्याचे दिसून येते.

'एक्कावन कविता माझ्याही' हा संग्रह किशोरच्या तारुण्यकाळातील म्हणजेच कवीच्या सुरूवातीच्या अनुभवकाळातील, प्राथमिक शिक्षणसारख्या काळातील कवितांचा होय. त्यामुळे त्यात तांत्रिक दृष्ट्या काही उणिवा आहेत. आशयाची अपरिपक्वताही आढळून येते. मात्र त्यांचे मन कवितेप्रति सजग आहे. यातूनच पुढे त्यांची कविता अनुभवसमृद्ध होत नावाजलेली आहे. व-हाडी बोलीतील त्यांचे मंचावर सादरीकरणाचे चारशेहून अधिक प्रयोग व गणमान्य साहित्यिक, व्यक्तिमत्त्वांनी त्यांचा गौरव केला आहे.

'दिवस निरुत्तर येतो' हा संग्रह दहावीच्या पुढे बारावी पर्यंतचा किंवा पुढील तीन वर्षांचा अभ्यासक्रम करणाऱ्या विद्यार्थ्यांसारख्या वाटतो. यात कवी बराच प्रगल्भ होत तंत्रात दुरुस्ती करीत समोर आलेला आहे. काव्यातील आशय बाळसेदार झालेला आहे. तर 'कालिंदीच्या डोहातून' हा संग्रह आयुष्यात भल्याबुऱ्या अनुभवातून मुरलेल्या माणसारखा भासतो. एक परिपक्व आशयाची नावीन्यता, प्रयोगशीलता असलेली कल्पक कविता यात दिसून येते. कवीच्या बोलीभाषेतील तथा प्रमाणभाषेतील छंद, मुक्तछंदातील, हिंदीभाषेतील व अन्य प्रकारातील शेकडो कविता अप्रकाशित आहेत. यातील आशय, विषय, स्वरूप बघू जाता सर्वांग परिपूर्णता लाभलेला कवी जाणवतो. म्हणून किशोर आज बहुचर्चित कवी असल्याची नोंद घ्यावी लागते आहे.

15

काव्यविषय वर्गवारी व आशयदर्शन

१) समाज जीवनातील अनुभूती :

"जी कविता सामाजिक जाणिवांची मांडणी करते, ती कविता खरंतर कवीची वैयक्तिक राहूच शकत नाही. ती सर्वसामान्यांची होऊन जाते."

"जे काही मी लिहिले आहे, ते-ते सारे तुमचे आहे
श्वास जरी हा येतो जातो, वादळ वारे तुमचे आहे
समजा झालो राख पूर्वीच, ते निखारे असतील माझे
पोचलो जर सुखरूप अंती, तर ते किनारे तुमचेच आहे"
(दिवस निरुत्तर येतो, माझे पान, पृ.११,)

किशोरच्या कविताचे प्रयोजन हे समाजसमूहातील व्यक्तिमत्त्वांच्या घटना, प्रसंगाचे सूक्ष्म विवेचन करीत मनातील नैराश्यवादाला नवे स्थैर्य, बळ देत, सकारात्मक दृष्टी प्रदान करणारे आहे. वास्तवाचे स्वरूप घेऊन येत चिंतनशीलता साकारीत कधी मिश्किलपणे तर कधी भावूक करीत उपरोधिक बोचणारी ही कविता वाटते. कवी तीनही काव्यसंग्रहात, अप्रकाशित कवितात

समाजव्यवस्थेतील सम्यक दृष्टिकोन स्वीकारत, चिकित्सक होत, आदर्श वाटा व सृजनशीलता प्रदान करतो आहे. 'एक्कावन कविता माझ्याही' या संग्रहात पृ. ७, ३७, ५७ वरील कविता, 'दिवस निरंतर येतो' संग्रहात ३०, ३१, ६४, ७४, ९८, ११३ वरील कविता, तर 'कालिंदीच्या डोहात' संग्रहामध्ये १०, १४, २८, ४२, ४८, ८९, १००, १११, ११२, ११३, १२४ अशा अनेक कविता सामाजिक जीवन जाणीवेने उत्स्फूर्त साकार झालेल्या आहेत.

"प्रवासात
माझे डोळे बघत असतात नेहमी
पिचलेल्या देहाची
मरगळलेल्या मनाची माणसं
मी नकळत त्यांच्या विश्वात घुसतो
मेंदूचा भुगा करतो
तरी सुटत नाही... एकच प्रश्न
या माणसाचे शेवटी काय होईल?" (पृ.३० दिवस निरंतर येतो)

कवीची कविता शोषित, पीडित अगदी शेवटच्या माणसाशी नाते घट्ट रुजविणारी आहे. तेवढंच त्यांच्या डोळ्यातील भावभावना जाणून घेत इथे न्याय, हक्क, घटनात्मक मूल्य प्राप्त व्हावे याकरिता प्रस्थापित व्यवस्थेशी संघर्ष करणारी कविता आहे. कवी खूप विचारशील होऊन यावर उपाय शोधू बघतो आहे. मात्र कवीच्या समोर अनंत प्रश्न उभे राहतात. कवी आशावादी होऊन सजग, जागृत करतो आहे. समाजाचे अस्तित्व हा प्रश्न आपल्यासमोर उभा आहे. तेव्हा परिवर्तनाचे जागर मांडतो आहे. साहित्यिकांची मनभूमिका ही समाजाप्रति कळवळा घेऊन येणारी असेल तरच ते साहित्य समाजाचा देणं होतं. किशोरची भूमिका ही अशीच आहे.

"दुकानाबाहेर उभे झालेत पुतळे
वेगवेगळ्या गणवेशातील
चिमुकल्या शाळकरी मुलांचे
मायबाप आता मायबाप राहिले नाहीत
झाले आहेत कस्टमर
शालेय कारखानदाराचे" (पृ. १०६, कालिंदीच्या डोहातून)

आज सर्व क्षेत्रात व्यापाराच्या कक्षा रुंदावल्यात. राजकारणापेक्षाही आरोग्य, शिक्षण या मूलभूत गरजांना वेठीस धरणारी प्रस्थापित माणसं, छे! हे माणसं, कणसंही नव्हेत. हे तर या दुनियेतील कसाई बनून आलेले, स्वतःचे प्रस्थ

वाढवण्यास्तव आर्थिक लूटमार करणारे दरोडेखोर, लांडगे, कोल्हे, बगळे होत. यांनी आज 'शिक्षण' या हक्कालाच पुन्हा वेठीस धरलं आहे. कदाचित महात्मा फुलेचे शिक्षण कसंबसं उभं राहिलं तेही पूर्णत: कोलमडीस आणल्या जात आहे. प्रस्तुत कवितेत कवी सामाजिक अनुषंगाने शैक्षणिक क्षेत्रातील ही भेसूर समस्या अगदी चपखल शब्दात मांडतो. आपण पालक म्हणून तरी आता सजग राहायला हवे. अप्रत्यक्षरीत्या कवी उपदेशात्मक बोलून जातो आहे.

"आता धडावर तुमच्या
तुमचे असू द्या रे डोके
साय खावया दूधाची
बघा टपलेया बोके
दात पाडाया तयांचे करा एकवटूनी हल्ला
गाव तालुका पेटला, आता पेटवा रे जिल्हा!"

कवी काव्यातून शब्द चळवळ साकारतो, समाजाच्या चळवळीचे रूप धारण करीत येणारी कविता, जीवनातील कार्यकारणभावाला न्याहाळायला लावतो. एवढेच नव्हेतर बहुजन चळवळीचे विचार, मराठा सेवा संघ विचार प्रणाली, शुद्ध आचरण धर्म कोणता? माणुसकी तत्व कोणते? याबाबत स्पष्ट पारदर्शक विचार मांडतो आहे. कवी इथे गेय होत काव्यात रंगतो आहे.

कवी कधी माणसाच्या स्वभाववृत्तीवर बोलतो, विडंबन करतो. तर कधी समाजातील विविध व्यक्तीचित्रण नावीन्यपूर्ण पद्धतीने विश्लेषणात्मक मांडतो.

"आता असे जगायचे
कधीच ना मरायचे
पडून ठेच खाऊनी
पुन्हा, पुन्हा उठायचे" (पृ. ६६, दिवस निरुत्तर येतो)

समाजाच्या वेदनेची जात एकच आहे. सर्वांचे प्रश्न, समस्या ह्या लोकशाहीच्या स्तंभावर नजर ठेवून खिळून आहेत. तेव्हा इथला हतबल असलेला व्यक्ती स्वतःच स्वतःवर मरण ओढून घेतोय. हे वास्तव आहे. कदाचित संपूर्ण किशोरची कविता ध्यानात घेतली तर या समाजव्यवस्थेतील जगणे सुखकारक करणारी ही कविता आव्हानात्मक कशी आहे, याचे अनुमान नक्कीच काढता येईल. 'पुनःपुन्हा उठायचे' मानवी मनाला जागृत करणारे भाव, इथली भ्रष्ट व्यवस्था यावर अटिप्पणी करणारे भाव, इथल्या कुरीती, परंपरा मन मेंदूतून हाकलावयास लावणारे भाव, ज्ञानासोबत विज्ञानाची, प्रयत्नवादाची कास देणारे भाव, ही कविता अलगद मनात ठासून भरते आहे.

किशोर ज्ञानेश्वराच्या पसायदानासारखं पसायदान मागतो आहे.

"कुणाला कशाची राहो न चिंता

चिंता काळजीची अवघ्या जळावी"

समस्त समाजजीवनासाठी हळहळ व्यक्त करणारा कवी, समाजस्तरावरील सर्व प्रकारच्या विषयावर व्यक्त होत, आशादायी सफल जीवनाची अपेक्षा करतो आहे.

एकंदरीत कवी इथे समाजसापेक्ष हेतूने आपले मन कवितातून मांडतो आहे. कवीची कविता म्हणजे त्यांच्या जीवनअनुभवातून आलेल्या प्रत्ययाची गोळाबेरीज होय. सामाजिक अंगाने आत्मीयता शोधत प्रेरणा, स्फूर्ती व वैचारिक आदर्श देणारी त्यांची कविता नक्कीच आहे.

❦

२) देवधर्माच्या चक्षूतून :

"वॉल्टर तत्त्वज्ञ असे म्हणतो की, "धर्म दुसरे-तिसरे काही नसून बेदरकार बदमाशांनी अज्ञ जनतेची निरंतर पिळवणूक करण्याकरता जाणून-बुजून रचलेला कट होय." (आस्तिक शिरोमणी चार्वाक, डॉ. आ. ह. साळुंखे, पृ. ९०)"

देवधर्म आज माणसांच्या निखळ श्रद्धेचे स्थान असले तरी या बाबीने मानवाचे सर्वांग जीवन व्यापून टाकलेले आहे. इथे रुजलेले धर्मव्यवस्थेचे प्राबल्य व त्यातील औदुंबर कवी कसे दुर्लक्षित करणार. जीवनात धर्माला बरंच अनन्यसाधारण महत्त्व देणे योग्य आहे काय? संत वाङ्मयातील धर्ममूल्य जाणिवा नेमक्या काय? यातून आपली दृष्टी कुठली असावी? नेमके प्रश्नचिन्ह उभे करीत कवी देवालाच विचारतो,

"देवा, एक सांग फक्त,

तुझ्याच वाटेवर जेव्हा

सांडते तुझ्याच भक्ताचे रक्त

तेव्हा तू नेमका कोठे असतोस?" (पृ.१२, एक्कावन कविता माझ्याही)

कवीने अंतर्मुख होऊन निर्माण केलेले प्रश्नचिन्ह रसिकांच्या मनात खोलवर रुजले तर! समाज समूहातील दैववाद, त्याचे अंधानुकरण बघू जाता यातून समाधानाच्या पलीकडे सर्वस्व जीवनाची होरपळ कशी होते आहे. समजून घ्यावयास लावणारी कविता होय.

"मी आतापर्यंत हिरव्या, भगव्या, निळ्या

रंगासाठीच राहिलो भांडत... सर्व रंग एक करून

एकाच रंगात रंगविली पाहिजे अवघी सृष्टी" (पृ.१६,एक्कावन कविता माझ्याही)

धर्मवादाने तर इतके अंतर्गत कलह वाढलेत की यातून आता बाहेर पडणेच अशक्य, स्वार्थी, लोभी, ऐतखाऊ वृत्तीचा वाढत जाणारा वारसा आणि आम्ही 'बैताड बेलणे' देवधर्मासाठी झुंजणारी, लढणारी, मरणारी, 'गर्वसे कहो...' ओरडत सर्वांग कुटुंब, समाज पर्यायाने देश नष्ट करू पाहणारी माणसं, कधी यातून बाहेर पडणार काय?

"ईश्वरास तू पुजतो ज्या

निघेल तो अंती पत्थर" (पृ.१०९, दिवस निरूतर येतो)

'दगडाचा देव' ही संकल्पना गाडगेबाबाच्या वाणीतून गेय पद्धतीने आपण ऐकली असेलच. कवी नेमके याचा अर्थ आणि गजलेतून शेर, प्रसंगी खूप सारे भावार्थ सोडून जातो आहे.

"माणसाचा धर्म पाळू

या जरासा घाम गाळू" (पृ. ८९)

कवी इथल्या देवधर्म या मनवांछित बाबींवर त्यांच्या विचारचक्षूतून फार संवेदनशील होत आहे. इथे माणसाचा धर्म, मानवतावाद रुजावे. इथे कुठल्याही धर्माची या देशात काय गरज? इथे श्रम हा प्रयत्नवादाचा प्रतित्यसमुत्पाद सिद्धांत प्रत्येकाने अंगी रुजवायला हवा. विज्ञानाची कास बाणवायला हवी. तरच पुढील जीवन हे सुखकारक होईल. मात्र तसे होताना आढळत नाही.

"त्यांनी धर्माच्या पेल्यात जात मिसळून

मला पाजली अध्यात्माची नशा...

त्यांनी मला देव दिले

बदल्यात

माझ्याच नकळत माझा चेव घेऊन घेतला

...धर्म ही अपुची गोळी आहे..." (पृ.८४, कालिंदीच्या डोहातून)

खरंच धर्माच्या नावाने अध्यात्माचे या दुनियेला व्यसन जडले आहे. हे व्यसन आपल्या संवेदना बोथट करते आहे. लाचार बनविते आहे. मेंदूचा भुसा केल्या जातो आहे. म्हणून मंत्रतंत्र अशा अंधश्रद्धात्मक बाबी वाढीस लागत आहेत. मंदिरात देवाच्या नावाने करोडोचे दररोज दान करणारी माणसे, इथल्या गरजू माणसावर देवा इतकं प्रेम करू लागली तर..!

"हे भगवंता तसा तर माझा नाही विश्वास तुझ्यावर..." (पृ.१०२, कालिंदीच्या डोहातून)

कवीने देव, धर्म, श्रद्धा, भक्ती नाकारत इथे मानवतेचा धर्म तेवढा स्वीकारला आहे. यामुळेच त्यांची कविता ही थोतांडतेला धुडकावत माणुसकीचा झरा प्रसवणारी कविता होते आहे.

कवी अंधश्रद्धेवरही तेवढाच प्रहार करून जातो. धर्मग्रंथातील विष हसत-हसत पिणाऱ्या मानवाला उजेडाची दृष्टी देत, प्रबुद्ध होण्यास मदत करणारी ही कविता फार प्रखर उपरोधिक होते.

"अंधश्रद्धा म्हणजे दुसरे काही नाही रे!
तुझ्या कष्टप्रद आयुष्यावर
ऐतखाऊनी लावलेला अधिकार आहे" (पृ.४५, एक्कावन कविता माझ्याही)
'रामबाबरी अयोध्येत नाही' (पृ.३८)
बोलीभाषेतून कवी फार मोठा समंजसपणा देतात.
"ज्या मातीने दिल्ले तुम्हाले नानक, पैगंबर, अन् बुद्ध
तुम्ही बह्याड लोक आपसात काहून करून राहिले युद्ध
सारे माणसं सारखे, काय मुसलमान काय हिंदू?
एवढ्या मोठ्या विश्वातले तुम्ही आहात बिंदू"

कवीने धर्म, देव, अंधश्रद्धा यातील जाणिवांबाबत रचलेल्या कविता म्हणजेच बेजबाबदारपणा नसून ते समाजसुधारणा विषयी गंभीर चिंतनकाव्य आहे. धर्मामुळे होणारा अन्याय, शोषण व्यवस्थेचा कणा होत असेल तर, या धर्म बाबींवर बंडात्मक कवीचे अवतरणे कर्तव्य ठरते आहे. मनाच्या भावनांचे प्रतिबिंब तयार करून जीवनात महत्त्वाचे सिद्धांत पेरणारी चिंतन, गर्भशील, प्रबोधनशील, विचारांची, नीतिमान जीवनज्ञान देणारी ही कविता होय.

"देहाच्या वारुळी
आत्म्याचा भुजंग
करतो अपंग
जगण्याला (पृ. १५३)

कवीच्या अशा काव्यकल्पनेत तोवर तरंगत राहून बेभान होऊया!

७

३) राजकारण, सत्तात्मक संदर्भात आढावा :

"किशोरची कविता सर्वस्पर्शी झालेली आहे. त्यांचं मन हे समाज अनुभूतीचे द्योतक असल्याने पक्षी विहारागत संचारत त्यांची काव्यप्रतिभा ही 'राजकारण व राष्ट्रीयत्व' या अनुषंगाने विवेचक पद्धतीने रसिकांच्या मनाला आकर्षित करते आहे."

"आश्वासनावर त्यांच्या मी विश्वास कसा ठेवू

यापूर्वीही कितीदा त्याने खाल्ली घाण आता" (पृ.३२, एक्कावन कविता माझ्याही)

खरंतर गजलेतील शेराचा समर्पक भावार्थ म्हणजेच आजचे सत्ताकारण आहे. मात्र आजचा मतदार प्रत्येक पंचवार्षिकला 'वाल्याचा वाल्मिकी' होईल म्हणून भूलतो आहे.

"मध्यावधी निवडणुका तोंडावर आहेत

तोवर जरा कळ सोसा

आजवर सोसत आलात

अजून थोडासा छळ सोसा" (पृ. ६१, एक्कावन कविता माझ्याही)

कवी उपरोधिक होतो. राजकारण या विषयाने जीवनात झालेली गंमत आपण स्वतः बघतो आहोत. पुढाऱ्यांना आपल्याशी कुठलेही सोयरसुतक नाही. बघा, त्यांची धनसंपत्ती जाहीर होणारे आकडे, कसे फुगत आहेत. जणू त्यांच्या घरात नोटा छापण्याचे कारखानेच त्यांनी तयार केलेत. असेच प्रसंग... 'कळते पण वळत नाही' देवधर्मातील भक्तगणानंतर आता राजकारणातील भक्तगण आपण दररोज अनुभवत आहोत. बाकी कवीने तरी पुन्हा नवे काय सांगावे? कधीतरी आपणही या 'पांढऱ्या बगळ्यांना' सवाल करावा.

"भोगत आहा तुम्ही जी राजसत्ता

मी खरा आहे तिचा हक्कदार भाऊ" (पृ.१७, दिवस निरुत्तर येतो)

खरेतर हे व्यवस्थेचे कफल्लक मुर्दांड निर्माते आहेत. यांच्या दुतोंडी स्वभावाचे वास्तव समजून घेत आपण बदलायला हवे. परिवर्तन संसारातील नियम आहे. कोण फोकणाइद्या झोडणारे, पुइद्या सोडणारे लीडर आहेत हे ओळखून त्यांना बदलायला हवे. पण तेच आपल्याला भूलतापा देतात. 'मन की बात'...

"व्यवस्थेचे निर्मातेच म्हणती व्यवस्था बदलून टाकू

पुन्हा रथावर स्वार होऊनी यात्रेमध्ये आले डाकू" (पृ.४२, दिवस निरुत्तर येतो)

कवी 'यात्रेमध्ये आले डाकू' या प्रतिमेद्वारा किती आश्वासक रचना करतात. पृ. ७३ वरील 'साहेब' ही रचना तर पुढारी जीवनावरील एक मानवी विडंबन, हास्य होय.

"साहेब दौऱ्यावर येताना रस्ते कसे चकाचक होतात. ते फक्त त्यांच्या पुरते. मात्र सामान्य जनता या रस्ते, नाल्या, पूल, वीज, स्वच्छता, पाणी आदी सुधारणाविषयक बाबीतून तक्रारी करूनही जीवनभर ससेहाल भोगत असतात. मात्र यावर शासन तिजोरीतला पैसा खर्च करूनही ज्या मजुरांनी साहेब येणार आहेत म्हणून रात्रंदिवस श्रम केले, त्यांना साधी मजुरीही मिळत नाही. त्यांना गंडवल्या जाते. हे वास्तव आहे. 'साहेब आलेच नाहीत.' मात्र सायंकाळी दारूच्या गुत्यावर काही लेबर तुमची मायबहीण एक करत होते." बापरे! किती हा शोकांतभाव असलेली ही कविता होय.

"माती करून मेले मातीत राबणारे

सत्तेत ऐतखाऊ ऐदी मजेत आहे" (पृ.७५, दिवस निरुत्तर येतो)

कवी समंजसपणा देतो. सावधतेचा इशारा देतो. व्यंग साधत व्यवस्थेतील दुखणे दाखवितो. माणुसकीला तुडवणारे बेईमान सत्ताधाऱ्यांचे राज्य कवीला नको आहे. केसांनी गळा कापणाऱ्या राजकीय विकास नीतीची कवीजवळ किंमतच नाही.

भ्रष्ट, स्वार्थी व्यवहाराचा हिशोब मांडणारा हा शब्दप्रभू समाजव्यवस्थेवर झालेला राजकीय बलात्कार आपल्या शब्दसामर्थ्याने प्रभावीपणे दाखवितो आहे. कवी काही निवडक कवितातून सदर विषयाला मनमेंदूत पेरत असला तरी, त्यातील आशय सखोल असल्याचे दिसून येते.

"एकमताने मंजूर त्यांनी ठराव केला

ऐन दुपारी सावलीचा लिलाव झाला" (पृ.१०६, दिवस निरुत्तर येतो)

गलिच्छ राजकीय वातावरण, सामान्य जनतेच्या त्याकडे असलेल्या नजरा, 'अच्छे दिन येणार' म्हणून किती ही आश्वासकता...

"भाषण द्यावया मुका

एक नेता उभा

समोर बसली

सारी बहिऱ्यांची सभा" (पृ.१२७, दिवस निरुत्तर येतो)

खरंतर आपण या बहिरेपणाच्या वृतीतून बाहेर पडण्यास, कवीच्या मनभावनेशी सहमत होत इथूनच पुढे...!

"काय मी व्याख्या करू या संसदेची दोस्ता

ऐतखाऊ सांड सारे पोसणे आहे सुरू" (पृ.४३, दिवस निरुत्तर येतो)

चला तर...! आपण एल्गार करूया.

"या कसल्या योजना, आता योजाया लागलो आम्ही

की एक-एक श्वास आयुष्य मोजाया लागलो आम्ही"

आपल्या श्वासाची किंमत ओळखायला लावणारी ही कविता, तुम्हाला तुमच्या मतदानाची किंमत अप्रत्यक्षरीत्या का असेना ओळखायला लावत आहे. इथे खरी लोकशाही, स्वच्छ पारदर्शक जनकल्याणकारी शिवरायांचे, बळीराजाचे अपेक्षेप्रमाणे राज्य लाभावे ही अपेक्षा ठेवत आहे. आपण या बाबीशी सहमत होऊन पुढील ध्येयधोरण वाटा ठरवाव्यात.

◌༄

४) शैक्षणिक जाणिवा :

"कवी हे शैक्षणिक व्यवसायात नाहीत, त्यामुळे त्यांच्या दोन-चार कवितांमधून शैक्षणिक जाणिवांचा सहहेतू प्रवास आढळून येतो. 'दुकान सजलीत' (पृ.१०६) कालिंदीच्या डोहातून संग्रहातील एक उत्तम कविता वाचून रसिक अंतर्मुख होऊन जातो."

"झालेत आतूर आपल्या फुलपाखरांना

पुन्हा सुरवंट करून कोशात कोंबण्यासाठी

मी काय करू?

माझ्या लेकरास हाताळू देऊ कम्प्युटरचा माऊस

की बागेतल्या फुलपाखरांच्या मागे धावू देऊ..."

खरंतर चार भिंतीआड शालेय औपचारिक शिक्षण यंत्रमानवागत विद्यार्थी बंदिस्त होऊन शिकत आहेत. मात्र हा निसर्ग, परिसर यातील व्यावहारिकतेला पारखे होतो आहे. कवी ही खंत संवादात्मक रूपाने सहज पालकांसमोर ठेवतो आहे. विद्यार्थी जणू पुतळ्याप्रमाणे जगतो आहे. उद्या पालकाची चिंता नक्कीच वाढण्याअगोदर समंजसपणा येणे अत्यावश्यक वाटते आहे.

'दिवस निरुत्तर येतो' संग्रहात पृ. १००, १०१ वरील 'दोन विद्यार्थी' ही कविता विद्यार्थ्यांच्या शहरी व ग्रामीण परिस्थितीचे वर्णन करीत त्यांच्या मनाची अवस्था दर्शवून जाते आहे. शहरातील सर्व सुखसुविधांनी सज्ज असलेल्या विद्यार्थी आणि खेड्यातील सुविधा नसलेले विद्यार्थी पावसाच्या दिवसात शाळेत जातानाचे यथार्थ चित्रण व कारणमिमांसा डोळ्यासमोर उभी राहते. कवीची कविता एखाद्या चलचित्राप्रमाणे पुढे सरकते.

"मुलांनीच जेव्हा फळा तोडला

खडू मास्तरांचे रडू लागले" (पृ.८७, दिवस निरुत्तर येतो)

हा एक स्वतंत्र गजलेत आलेला शेर असून यातील भावार्थानुरूप विद्यार्थ्यांच्या शैक्षणिक प्रवासात आलेली खीळ एका शिक्षकाच्या मनातून मांडण्याचे कार्य कवी करून जातो आहे.

कवी विद्यार्थ्याप्रति ह्या नेमक्या कवितांतून संवादी होत काव्य प्रसवतो आणि परिस्थितीविषयी अंतर्मुख करून जातो.

౧౨

५) शेती-मातीतील माणसाचे देणे लागतो आपण...

"शेतकरी पेरून ठेवतो 'बी'

मातीच्या गर्भात

नि हिरवं स्वप्न पाहत

बघत बसतो आभाळाकडे डोळे लावून

बिच्चारं 'बी'

मातीच्या ओझ्याखाली होतं ठार

गुदमरून

तेव्हा...

शेतकऱ्यांच्या डोळ्यातून सुरू असलेला

संततधार पाऊस नसतो 'कृत्रिम' (पृ.४७, दिवस निरुत्तर येतो)

कवी शेतकरी जीवनाच्या डोळ्यातील भाव सहज टिपतो आहे. 'घड्याळ पाहून पाऊस येत नाही' कवीची खंत. कवी 'पाऊस' कवितेद्वारा मुक्तछंदातून अगदी यथार्थ वास्तव, विदारक, भेदक चित्रण करतो आहे. 'बी' रुपी शेतकरी येथे कुठल्या-कुठल्या ओझ्याखाली ठार होतो? खरंतर शेतकरी रोजच मरण पत्करतो आहे. 'जिंदा लाश' बनून कवीचे चिंतन यातील वैचारिक जाण ही उत्तोमत्तम आहे. कवी स्वतः शेतकरी नाहीत पण त्यांनी ते परिसरातील निरीक्षणांनी अनुभवले आहे. ते शब्दबद्ध करताना त्यांना परिसरातील शेतकरी कुटुंबाचा अनुभव समृद्धपणे आलेला आहे, याची जाणीव होते.

खरंतर शेतकऱ्यांच्या श्रमाला घामाचे दाम मिळावे ही एकच आस घेऊन तो हयातभर राबराब राबतो.

"एकच इच्छा ही माझी

घामाचे व्हावे अत्तर" (पृ.१०९, दिवस निरुत्तर येतो)

पण आज इथल्या श्रमिक व्यवस्थेलाच नागवले जात आहे. अन्नधान्याचे कारखाने कोणीही उभारू शकणार नाही, कारण बियाणं रुजणं ही नैसर्गिक मातीतील प्रक्रिया आहे. मात्र इथल्या मातीचे आणि या मातीतील शेतकरी माणसाचे खच्चीकरण करणारे धोरण बघून या व्यवस्थेची चिड येते आहे. या व्यवस्थेतील पांढऱ्या रंगाची खादी घातलेल्या प्रमुख पुढाऱ्याकडे शेतकरी आस लावून बघतो आहे. आता तर विदेशी हिरेमानकाचे कोट घालणारे पुढारी 'देश नही बिकने दूंगा, देश नही झुकने दुंगा' म्हणत फिरताहेत. मात्र इथला शेतकरी किती वाकला आहे? तो कुठे दबला आहे? त्याला काय हवं? ते तर बघा... 'भीक नको, हवे घामाचे दाम' एवढंच मागणं, मात्र शासनाच्या योजना येतात. मध्यस्थी, खाबुगिरी करणाऱ्या प्रशासकीय यंत्रणेला गलेलठ्ठ करून जातात. व्यापाऱ्यास मालामाल करणाऱ्या भासतात. मात्र तळागाळातला हा शेतकरी आणि त्यांचे जीवन...

"नित्य आसवांचा काळ

सारी भकासली शेती

झाडावर लटकली

ऊन पावसाची प्रेते" (पृ.५४, दिवस निरुत्तर येतो)

हे कुठवर चालायचं? कवी किती विषण्ण होतो आहे. शेतकरी सारंकाही जीवन प्रामाणिकपणे जगतो पण पदरी अपयशच येते आहे.

"फेडले मी जीवनाचे कर्ज

फक्त मृत्यूची बाकी किस्त आहे" (पृ.३१, दिवस निरुत्तर येतो)

खरंतर शेतकरी राजाचे या जगावर फार मोठे उपकार आहेत. मात्र त्याच्याकरिता इथले ध्येयधोरण निकामी ठरते. महागाई, कर्ज, दुष्काळ, पूर, आपत्ती अशी किती संकटे तो झेलतो आहे. अख्खा जगात शेतकऱ्याऐवढे संकट झेलत अखेरपर्यंत जगणारा दुसरा कुठलाही व्यवसाय नाही.

"भाकर कशात रांधावी

मायला प्रश्न पडतो

आणि तो पडतो

घरातील प्रत्येक भांड्यात" (पृ.४१, एक्कावन कविता माझ्याही)

कवी शेतकरी आईच्या मनातील संवेदना नव्हेतर तिची वास्तव स्थिती समोर आणतो आहे. आज जग सर्व सुखसोयीने चैन करतोय पण खेड्यातील शेतकऱ्यांच्या घरी साधी भांडीही घ्यायला पैसा उरत नाही. प्रसंगी घर विकून, गहाण टाकून मातीच्या गर्भात सोनं पिकवणारी माणसं, या सोनेरी दाण्यालाच पारखी होतात. पिकवणाराच उपाशी निजतो आहे. खरंतर ही इथल्या श्रमिक शेतकऱ्याची थट्टाच आहे.

"काय थट्टा करता राव, देश कृषीप्रधान म्हणता

काळ्या मातीत देह माझा ठेवून आज आलो" (पृ.२७, एक्कावन कविता माझ्याही)

आज मातीत जीवन जगणारा या मातीतच देह ठेवतो आहे. त्यांच्या देहाला खास एन्ड्रीन, फास सोबत करीत असते. कुटुंबचिंता ही तर जगावेगळीच आहे. मात्र इकडे कित्येक श्रीमंताची थडगे उभारून त्यावर फुले वाहत, फैरी झाडून वंदना दिल्या जातात. किती खोटे हे वागणं, आज आपण शेतकरी या व्यवस्थेविषयी किती उदासीन आहोत. त्यांना ज्या सिंचनापासून सोयी हव्यात त्या कुठे आहेत? गोसीखुर्दसारखा प्रकल्प तीस वर्षाहून अधिक काळ लोटून अपूर्ण आहे. अद्याप शेतकऱ्यांची आसवे पुसण्याच्या कामी आलेला नाही. असो! या पुढाऱ्यांचा विजय असो! असा उपहासात्मक जयघोष किशोरची कविता वाचून करूया.

फार मोजक्या कविता, पण किशोर इथल्या व्यवस्थेचे वाभाडे काढून जातो.

"कोणतीही गाय काही एकदम गाय होत नसते.." (पृ.८७, कालिंदीच्या डोहातून) आपण स्वतः रसग्रहण करावी. कवी एकच मागणं मागतात. "तू कुणालाही माणूस म्हणून करू नकोस माणसाचा अपमान."

ॐ

६) निसर्ग :

"कवी निसर्गाच्या सान्निध्यात रमत निसर्गाशी नातं जपतो आहे. त्यांच्या प्रत्येक कवितेत निसर्ग प्रतिमांचा साज दरवळताना दिसतो. 'मी एक सूर्य ही रचना बघूया.'

"सूर्याचं असतं आपलं स्वतःचं एक दुखणं
तो नाही दाखवू शकत कुणालाही आपलं दुःख
किंबहुना कोणी पाहू शकत नाही
त्याच्या डोळ्यातील पाणी
तो रडतो...
नदीचं पाणी लाल तांबड करतो
मी सुद्धा एक सूर्य" (पृ. ४६, एक्कावन कविता माझ्याही)
वरपांगी सारंकाही चांगलं दिसणाऱ्या मानवातही कितीतरी दुःखाचा सागर अंतःकरणात भरलेला असतो. मात्र आपण या निसर्गातून, सूर्याच्या प्रतिकात्मक काव्यातून मानवाचे स्वभाव, पैलू समजून घ्यायला हवे. किशोरची कविता त्यांचं मन निसर्ग प्रतिमातून मानवी जीवनाला न्याहाळणारे आहे.

किशोरचं मन झाडाशी हितगुज करतो. तेव्हा झाडा-पानातून मानवांच्या जीवनाचे तत्त्वज्ञान उलगडणारी गूढ कविता साकार होते. "मात्र आपण कधीच नाही होऊ शकत झाड..." कवी फार मोठा शोकांतभाव यातून प्रसवित आहे. म्हणूनच कवी एका शेरात म्हणतो,

"वणवा होऊन अंतरीचा धगधगत राहिलो मी
पणतीची वात होऊन मज जळता कधी न आले"

माणसांच्या स्वभावपैलूचे वास्तव रेखाटन मांडणारे सचित्र शेर आपण समजून घेतले तर कवीच्या मनातील भावनांचे दर्शन होत रसिकांचेच नव्हेतर इथे प्रत्येक मानवाचे मन समृद्ध होत सुखर जीवनदर्शन लाभेल. हा कवीला विश्वास वाटतो आहे.

कालिंदीच्या डोहातून हा संग्रह तर शीर्षकानेच निसर्ग भाव जपत गूढ मनाला उकलत समोर येतो. यात कवीच्या मनाचा खोल-खोल डोह त्यांच्या भावनारुपाने काव्यातून दरवळत येतो.

"आता एकच कर
तू तुझ्यातील कृष्णाला कर तडीपार
मी सुद्धा लावतो बंदोबस्त
माझ्यातील राधेचा
अन् होतो समाधीस्थ
कालिंदीच्या डोहात" (पृ.७)

कवी यमुनाकाठी कातरवेळी या निसर्गाशी, सखीशी स्वगत, संवादी होतो. आपल्या मनातील वेदना, दुःख मांडतो. जीवनाचं हक्क, तत्वज्ञान एका वैचारिक चिंतनातून समोर आणतो. त्यांची कविता प्रत्येक अंतिम चरणावर मनाला झिणझिण्या आणते. यामुळेच दाहक तेवढीच शामक कविता कवीच्या काव्याला सदैव मनात रेंगाळत ठेवणारी आहे.

"ह्या भयान शांततेची
ही मिठी सैल का झाली
की वादळ उरात घेऊन
दारात वेदना आली" (पृ. ६५)

कवी खरंतर मनात वेदना घेऊन या निसर्गात भटकंती करतोय. मात्र त्याला या निसर्गभावातून सुखानंद प्राप्त होण्याऐवजी विश्वाचं अंतिम सत्य काय? याचीच ज्ञान प्राप्ती होते. कवी जणू बोधिसत्वता अंगी रुजवत दुःखमुक्तीचा मार्ग वैचारिकतेतून शोधू पाहतो आहे.

"झाडाला होत असेल का दुःख
कुऱ्हाडीचा दांडा पाहून
झाड करत असेल काय विचार
आपल्या प्रारब्ध किंवा प्राक्तन वगैरेचा
अरे! मी तर झाड नाही
मग माझ्या मनात का वाढताहेत

हे वठलेले प्रश्न" (पृ. २५, कालिंदीच्या डोहातून)

कवीचे मन वृक्षाच्या छायेत रंगते आहे. अलगद संवादप्रवाही होत मानवी जीवनाचे दुःख झाडाच्या आडोशाला शोधत बसतो. निसर्ग कवीला जीवनाची परिभाषा सांगून मोकळा होतो आणि कवी काव्यातून ते मानवाला देतो. एवढंच...

"तू माझे निर्माल्य नको करूस

मला पाचोळाच राहू दे! (पृ. २४)

कवीच्या मनातील तरंगणारे अनंत भाव, गहन प्रश्न व त्यातील उत्तरांची शृंखला म्हणजेच त्यांच्या कवितेतून अलगद टिपलेला निसर्ग होय. हा निसर्ग जेवढा कवीला खुणावतो तेवढीच त्यांची कविता रसिकांना अलगद प्रिय होऊन जाते. काय आणि किती लिहावं? प्रत्यक्षात कालिंदीच्या डोहातून काव्याचे रसग्रहण आपली वाट बघते आहे.

७) किशोरचा पाऊस..!

"फेसबुकवर पावसात भिजतानाचे फोटो अलगदपणे शेअर करणाऱ्या किशोरला पाऊस फारच आवडतो. नव्हेतर त्याचे पावसाशी घट्ट नाते जुळले आहे, हे त्यांच्या काव्यसंग्रहातील अनेक कवितांच्या रसग्रहणातून ध्यानात येईल. पावसाच्या प्रतिमा अनेक घटना, प्रसंगाच्या माध्यमातून अधोरेखित करणाऱ्या किशोरला कदाचित 'पाऊस' नावाचा वेगळा संग्रह काढावा लागला तर नवल नव्हेच!"

"चिंबली काया तुझी पाहून वेडे

वेड बघ लागेल ओल्या पावसाला" (पृ. २५)

"दर पावसात घराचं छप्पर फाटते

पण लेकरं सुखात हायेत" (पृ. ४४)

"अचानक कोसळू लागतो पाऊस

तिच्या चेहऱ्यावर चिंता" (पृ. ४६)

"पाणी-पाणी करून मेली विहीर गावची

अन् शहरांना बारमाही पावसाळा" (पृ. ५२)

"ये ना आता लाटांशी खेळू

देना सोडून जरा किनारा" (पृ. ५७)

"एका-एका थेंबासाठी, फिरतो मी रानोमाळ" (पृ. ६०)

"माझ्या देहातील पाणी, सारे झाले वाफ-वाफ" (पृ. ६०)

"पाण्यासाठी झाला जीव पाणी-पाणी

पावसाला नाही येत माझी कीव" (पृ. ७०)

"तेथे फळाफुलांचा हंगाम बारमाही

माझेच का करंटे ओसाड शेत आहे" (पृ. ७५)

"तू गेल्यावर आभाळातून बरसू लागली शाही" (पृ. ७८)

"अगतिकता- अचानक मुसळधार पाऊस" (पृ. ८०)

"तो शाळेत जायला निघतो अन् सुरू होतो पाऊस" (पृ. १००)

"पावसाच्या पाण्यात कागदाचा डोंगा टाकून"

"अन् दरवर्षीच्या पावसात अगदी शाळाच जळून जाते" (पृ. १०१)

"पावसासारखं लेकरू अन् लेकरासारखा पाऊस" (पृ. १०३)

"राहिला ना कोरडा तू ! पाहून पावसाळे सत्तर" (पृ. १०९)

"डोळ्यात पाण्याची सावली घेऊन

पुष्कळ वाट पाहिली... त्याची

तो आला नाही" (पृ. ११८)

"आसवांच्या ऋतूमध्ये आसवाचे पीक

तिचं काय सांगू, तिचं सुरू आहे ठीक" (पृ. १२६,)

उपरोक्त वरील सर्व काव्यओळी 'दिवस निरुत्तर येतो' या संग्रहातील.)

"भलतेच काही आणू नको ध्यानी

कोरडीच गाणी! पावसाची" (पृ. १५६, कालिंदीच्या डोहातून)

"जाताना येतो म्हणला

अजून आला नाही

मुजोर पाऊस हिरवा

सजून आला नाही" (पृ. ५१, कालिंदीच्या डोहातून)

"प्यासा रखकर प्यास और बढा देता है

पानी के ही ख्वाब सिर्फ दिखता है वो..." (अप्रकाशित)

निसर्ग प्रतिमाशिवाय काव्य अपुरेच असते. आमचीच नव्हेतर प्राचीन काळातील कविताही निसर्ग प्रतिमाने साकार झालेली आहे. 'पाणी हेच जीवन'

हे शास्वत सत्य आहे. मात्र कवी नुसती पावसाची कविता लिहित नाही तर ते पावसाचे रूपक, प्रतिमा, प्रतिके वापरून माणसाचं जीवन त्यातील भाव संवेदना प्रकट करतात. यामागे त्यांचा हेतू शुद्ध आहे.

मेघदूत ही महाकवी कालिदास यांची काव्यकृती शांता शेळके यांनी अनुवादित केलेले काव्य आणि मंगेश पाडगावकर यांच्या 'श्रावणातील पाऊस' काव्याचेही आम्ही रसग्रहण केले, तेव्हा किशोरची पाऊस कविता त्यातील गर्भीत भाव हे सुद्धा त्याप्रमाणेच अप्रतिम असल्याचे दिसून येते.

८) ग्रामीण, शहरी भाव :

"किशोरची कविता ग्रामीण तथा शहरी जीवनदर्शनाची दखल घेणारी आहे. ग्रामीण समाजजीवन, निसर्ग, शेती, प्राणीजीवन तथा शहरीकरणातील झालेले अत्याधुनिक बदल, साज, थाट, शृंगार याचीही नोंद काव्यात घेते. समाजव्यवस्थेचे यथार्थ चित्रण मांडते. यातून आजचे काही विदारक सत्य समोर आणते. खरंतर बदल हा निसर्ग नियम आहे. बदल व्हायलाच हवा. पण या अतिरंजित बदलाने कुठल्याही गटाचे नुकसान होऊ नये. ही खबरदारी घ्यायला हवी."

"हा मुद्दा कुण्या भावाचा, कुण्या भावाने पाडला अंगणी
भांडावयास वावराचे का हे धुरे फार झाले" (पृ.१५, एक्कावन कविता माझ्याही)
आज आमच्या खेड्यातील भावबंधकी इतकी क्रोधाच्या आहारी गेली की हितभर जागेसाठी कोर्ट, पोलिसांच्या चकरा मारत स्वतःचे जीवन होरपळवून घेतात. याला कारण म्हणजे शिक्षणाचा समंजसपणाचा अभाव होय.

"हा घाम गाळला मी हा धान रोवला मी
हाय, हिश्यावरती माझ्या हे मुरमुरे फार झाले"(पृ.१५, एक्कावन कविता माझ्याही)
शेतीतील राब-राब राबणं, अशा जीवनातील कष्टप्रद प्रवासात मालकी हक्क दाखवीत शोषण करणारी ही व्यवस्था खूप वाढली आहे.

"हे कसले गाव आहे या कसल्या आहेत गल्ल्या
अशी एकही गल्ली नाही की, जेथे दादा नाही"

गावाचं भकास वास्तवचित्रण, जिथे-तिथे सुरू झालेली गुंडागर्दी, अधाशी प्रवृती यावर आळा घालण्यास्तव कवी काव्यातून उपहासरुपी समोर येतो.

"घर एक घरघर" (पृ. ६८ दिवस निरुत्तर येतो) कवी शहरीकरणातील घराचे चित्रण करतो आहे.

"रस्ता फुटेल तिकडे माणसं घर बांधायला लागली
एक खाली... अन् दुसरं वर बांधायला लागली"

टुमदार घरे, बंगले, बिल्डिंग, त्यात दिवाणखाना, शयनकक्ष, स्वयंपाकगृह, स्वच्छतागृह, त्यात असलेल्या फाइव स्टार सुविधा डोळ्याचे पारणे फिटणारी ती सजावट, मात्र...

"ह्या घरांच्या भिंती रडतात,
म्हणून खिडक्याही मुक्या
अन् दरवाजा... तो तर नेहमीच बंद..."

कवी अंतर्मुख होत वास्तव टिपतो. आता शहरातले हवामान, वातावरण तेवढं दूषित झालं आहे. तेवढेच माणसातील अंतरही वाढले आहे. कोंदट जीवनाची ही तन, मनकोंडी जीवनकहाणी म्हणजेच शहरातील वास्तव आहे. कवी 'शहर' (पृ. ९२ ते ९५) या कवितेतून शहराचे वर्णन मांडतात.

"सुंदर पोरीच्या चिकण्या चेहऱ्यावर
असावेत डाग मुरुमाचे
तसे बसले आहेत मोकाट ढोरं
चौका-चौकात मध्यभागी" (पृ.९३)

इथल्या शहरातील बेरोजगारीचे वास्तव वर्णन 'पोरीच्या चिकण्या चेहऱ्यावर' या प्रतीकाने कवी साकारतो आहे. तेवढंच ढोरं या प्रतिमेने टिंगलटवाळखोर मुलांची टोळी, तिथला हिंस्रपणा द्विअर्थात्मक देऊन जातो. प्रस्तुत कवितेतून कवी अनंत विचारकक्षा रुंदावतात.

खेडे आणि शहराच्या सामाजिक अवस्थेचे चित्रण त्यातील व्यक्तिमत्त्व जाणिवा, उणिवा शब्दबद्ध करताना बोलीभाषेतील ग्रामीण शब्दाची लयलूट करतो आहे.

ग्रामीण शब्दः मुडदे, तांडे, कुऱ्हाड, बुद्याशी, तडकली, डोंगा, मुरमुरे, सामटीतून, वरात, अडत्या, बुढ्याचं, जनली, खळकू, कवाड, पेकाटात, जगरहाटी, चिपकेल, वखत, गोची, येवलं, बऱ्याळ.

शहरी शब्द : चरबी, बूट, दंगा, प्रसिद्धी, हायवे, गणवेश, भूखंड.

निसर्ग शब्द : चांदणवृक्ष, विषवृक्ष, प्रदूषण, संधीप्रकाश, सांजवेळ, ऋतू फुलारी.

इंग्रजी शब्द : माइल्ड लिकर, फिगर, ब्लड, गोल्ड, सेल्फिश, थाउजंड, ब्यूटीफुल, टाईम, ब्रेन, सेक्युलर सिस्टीम, सर्वे, वर्ल्डकप, निऑन, सायन्स, डॉक्टर, पेशंट, मम्मी.

हिंदी, उर्दू शब्द : अल्ला, बुरखे, वहम शिद्द्त, खिलाफत, बेपर्दा, कब्र, शख्स.

कवी अनेक कवितातून भाषेची समिश्रता साध्य करतो. यातून ग्रामीण लुप्त होत असलेले बोलीतील अनेक शब्द समोर येत रसिकाग्नता निर्माण करतात. तर शहरी थाटाचे शब्द इंग्रजी, हिंदी शब्द, वाक्य यातून कवितेची लय खुमासदारपणे हृदयात रुतून बसते आहे.

एकंदरीत या वर्गवारीतील शब्दसाज, त्यातील शैली वाखाणण्याजोगी आहे. यामुळेच त्यांच्या कवितेतून वैचारिक मग्नता साधत रसिकांना समाधीत्व लाभते आहे. 'वाह, फारच छान!' असे उद्गार सहज ओठावर येतात.

❧

९) स्त्रीभूमिका :

"किशोर कवी म्हणून समाज व त्यातील मानवी समूहाचे प्रतिनिधित्व करीत असताना त्यांनी स्त्रीमनाचे धागे उलगडण्याचा प्रयत्न कवितेतून केल्याचे दिसून येते."

आजची आधुनिक 'माय' व तिचे वागणे उपहासात्मक टिपणारी कविता म्हणजेच आजच्या बाळाच्या संगोपनातील मार्मिक वास्तव सांगणारी कविता रसिकाग्न करावी. खूप विपरीत भासतं आहे, हे सगळं.

"स्वतःची फिगर

शाबूत ठेवण्यासाठी

माईल्ड लिकरचे

घोट रिचवत

रडणाऱ्या चिमुकल्याच्या तोंडात

बाटलीच बूज कोंबणारी... माय
...उकिरड्यावर स्वतःचं अर्भक फेकणारी माय
...नवऱ्याच्या दारूसाठी आयुष्याची होळी करणारी माय"
(पृ.१०, एक्कावन कविता माझ्याही)

शहरीकरणातील साजात उपरोक्त माय कवींनी बघितली. मात्र हे ग्रामीण भागातलं वास्तव असू शकत नाही. उपरोक्त कवितेतून आज अशा स्त्रियांची मनवृत्ती चितारणारा कवी वेगळाच भासतो आहे.

कवी पत्नीविषयी कृतज्ञभाव व्यक्त करतो आहे. म्हणजेच स्त्री व्यक्तिमत्त्वाचा सन्मान सोहळा त्यांच्या कवितेतून साजरा होतो. कवी मातृसत्ताक कुटुंबप्रणाली या भूवर पुनश्चः नांदावी, स्त्रीला समानतेची हमी मिळावी, यासाठीच कविता प्रसवितो आहे.

"बायको तू आहेस म्हणून

मी झालोय पूर्ण पुरुष

एक चुकलेला नवरा

अन् गरगर फिरणारा भोवरासुद्धा

तुझे मानावे तेवढे आभार कमी

तू आहेस म्हणून उर्वरित आयुष्याची हमी" (पृ.११५, कालिंदीच्या डोहातून)

कवीची कृतज्ञता फार वेगळ्या नजाकतीची आहे. मुलांचे कार्य, घरकाम, स्वयंपाक, धुणीभांडी इतकं सारंकाही नित्यनेमाने जपत पुरुषाला बळ देणारी स्त्री, तिचा सन्मान सोहळा साजरा व्हायलाच हवा.

शुक्ला म्हणत असतो मला नेहमी,

"भला तेरी कमीज मेरे कमीज से सफेद कैसी" (पृ.११४, कालिंदीच्या डोहातून)

किशोर अप्रतिम हं! तुझं पत्नीला काव्यात रेखाटनं, उपरोक्त एकाच ओळीने या विश्वातल्या प्रत्येक स्त्री, पत्नी, आई, बहीण विषयी कृतज्ञता भाव व्यक्त होतो. यातून स्त्री जीवनाला मिळणारं अलोट प्रेम समोर येत आहे.

"कळी उमलण्याआधी नको तोडायची घाई

अशी फुलायच्या आधी जाळू नये आमराई

जन्म भेटता बाईचा दुःख उभे ठाई-ठाई

कुणी घेऊन जाईन तुझ्या ओठाची गं शाई

कधी इतकेही साधे कुणी असू नये बाई!"

मात्र इथली विषमतावादी व्यवस्था, इथल्या कुनीतिमत्ता, अविवेकीपणा, स्त्रियांकडे बघण्याची दृष्टी, अन्याय, अत्याचार एकंदरीत स्त्रीभावनेविषयी

मनातील दूषितपणा टिपताना कवी उपरोक्त काव्यातून स्त्रियांना मार्मिक सल्ला देतो आहे. 'कधी इतकेही साधे कुणी असू नये बाई!' खरंतर कवीची बोलीशैली अलगद काव्यात तरंगते आणि कवितेचा साज वाढतो. कवितेचा कैफ, भावार्थ रसिकांना बेधुंद करून जातो आहे.

कवी स्त्री मनाची अवस्था, भावनांना आपल्या काव्यओळीतून जागरूकता निर्माण करून देतो आहे. कवीच्या काही मोजक्याच कविता स्त्री-विषयावर आहेत. काही निवडक शेर स्त्रीमनाची दखल घेऊन आलेले आहेत.

"त्या जिजाऊ, दिव्य सावित्री, रमा

आज शोधू त्या कुठे गेल्या मुली" (पृ.६१, दिवस निरुत्तर येतो)

विचारप्रवण करणारे हे आजचे वास्तव आहे. सामाजिक शिक्षणाचा वारसा न जगता, श्रद्धात्मक बाबीकडे वळून जीवनाला न पारखणाऱ्या स्त्रिया, व्रत-वैकल्यात स्वतःला गुंतवून बसलेल्या आहेत. तेव्हा कवीचे मन चिंतनशील होत व्यक्त होते आहे.

"माह्यं देखनं वं रूप

माह्यी लोन्यासम काया

लाखमोलाचं हे धन

नाही जाऊ दीन वाया

दुनियेचं काय सांगू हिले राह्यला नाही संग

काल शिवलेली चोळी आज कशी झाली तंग"

कवी 'देहाचा अभंग' द्वारा बोलीभाषेतील लावणी प्रकार हाताळतो आहे. यात एक स्त्री स्वतःचे वर्णन किती स्वगत पद्धतीने सादर करते आहे, असे नवकल्पनारम्य काव्य किशोरने प्रसविले आहे. 'शृंगार' रसातील, बोलीभाषेतील ही रोमहर्षकता देणारी, स्त्रीदेहाच्या मनाची तरल भाव, अवस्था दर्शवणारी ही लावणी होय.

"आम्ही देतो पेटवून

कालच घरात आणलेल्या

नव्या नवरीला दीडदमडीच्या हुंड्यासाठी" (पृ.२६, दिवस निरुत्तर येतो)

एकीकडे कवी रंजक होतो तर दुसरीकडे कवी इथल्या संसार जीवनाची भीषण दाहकता, इथल्या कुप्रवृत्तीला समोर आणतो आहे. खरंच! समाजाने असं खरंच अनितीमान वागावं काय? बोलका प्रश्न. मनात रेंगाळत राहतो. तेव्हा कवी यावर एक उपाय देवून जातो.

"नोंदणी विवाह

शहाणे किरती
झुगारून रीती
खोटाराइया (पृ.१०७, दिवस निरुत्तर येतो)

आज कालपरत्वे बदलायला हवे. समंजस वागायला हवे. लग्न, बारसे, तेरवी अशा कितीतरी कार्यक्रमावरील दिखाऊपणा, खर्चिकता यावर स्वतःहून आळा घालत, तोच पैसा स्वकुटुंब विकासात खर्ची घालावा, हे साधे सांगणे. मात्र कवी तुकाराम महाराजांच्या अभंगजागरातून सांगतोय. हे त्यांच्या कवितेचे वेगळेपण नाही काय?

कवीला आईकडून लेखनाचा वारसा, समंजस भाव प्राप्त झाले आहेत. आईला अढळ श्रद्धास्थानी ठेवत मातृसत्ताक कुटुंब पद्धतीचा पुरस्कर्ता कवी आपल्या पन्नासाव्या वाढदिवशी एक सुंदर शेर लिहितो, बघूया...

"आयुष्याचा अर्धा ग्रंथ वाचून झाला
आई इतके सुंदर दुसरे पान नाही"

कवीच्या जीवनातील, काव्यातील, कवितेच्या शब्दकोशातील प्रेमळ भाव म्हणजेच 'आई' आहे.

कवीला स्त्री मनाची असलेली जाणीव, स्त्रीमनाच्या उद्धाराशिवाय या देशाचीच नव्हेतर कुठल्याही कुटुंबाची प्रगती, विकास अशक्यच. हे सांगणे न लगे! कवी अफाट विषय, अफाट मेंदूच्या कल्पनेने प्रसवित काही विषय अधिक त्रोटकरूपाने कवितेतून आलेले दिसतात, मात्र काव्याची भूमिका विशद होण्यास्तव कवीचे सच्चे मन यातून जाणून घेण्यास्तव हे पुरेसे आहे.

१०) परिवर्तनवादी काव्य :

"आता माणसं बदललीत
जगण्याचे संदर्भ बदललेत सारे
प्रदूषित झाल्या जाती-माती
प्रदूषित झाले पहाट वारे...
महात्म्यांना अभिप्रेत असलेलं

हेच होतं का रे परिवर्तन? (पृ.३३, एक्कावन कविता माझ्याही)

आजचा बदल आपण डोळ्यासमोर अनुभवतो आहोत. मात्र आपल्याला परिवर्तन कुठलं हवं? आचार-विचारांचे बदल कसे हवे आहे? इथे अनावश्यक धर्म, जात, पंथ, गरीब-श्रीमंत कित्येक घटकावरून विषमता नांदली जात आहे. राजकारणाने गढूळता निर्माण केली जात आहे. खरंच, कवीलाही परिवर्तन होणे अत्यावश्यक भासते आहे. तेव्हा कवी काही कवितांतून परिवर्तनाची आस ठेवतो आहे.

"इतकेच फक्त कर तू

हातात सूर्य धर तू" (पृ.९६, दिवस निरुत्तर येतो)

छान! भडक संवेदना उरात माखून कवी हातात सूर्य घेऊन निघालाय. आपणही या सूर्यतेजाची काव्यरूपी आरती गात किशोरला हातभार लावूया. फक्त परिवर्तनाकरिता... माणुसकीची ही साद...

किशोरची 'वारे पट्टे!' ही कविता (पृ. ४५, एक्कावन कविता माझ्याही)

"लेका प्रबुद्‌ध हो...!

अंधश्रद्धा म्हणजे दुसरं काही नाही रे!

तुझ्या कष्टप्रद आयुष्यावर

ऐतखाऊनी लावलेला अधिभार आहे."

सध्याचे वर्तमान समाधानकारक, आनंददायक नक्कीच नाही, प्रत्येक क्षणाला, मनाला अस्वस्थ करणारा असा हा भयानक काळ आहे. मानवाच्या जीवनाला सोकावून टाकणारा की या भयान जीवनाला उभा करणारा हा काळ असेल? समाजमन संचित होत पुढे जाण्यापेक्षा मागे जाते आहे. अशा या कालखंडात किशोर उपरोक्त काव्यातून आजच्या तरुण पिढीला मार्मिक उपदेश देतो, तेवढेच त्यांच्या कृतीला काव्यतंत्रातून उजागर करीत समंजसपणा देऊन जातो.

या काव्यात नावीन्यता ती काय? कदाचित असाही प्रश्न सहज वाचकाला पडेल. मात्र या सरळ साध्या ओळीतून व्यक्त होणारा कवी एका विद्रोहाचे बीज रोवतोय याच हिंमतीची आज दाद द्यायला हवी. "ज्या दगडावर श्वानाने 'सू' केली, त्याच दगडाला पुजायला लागला." खरंच किशोरची कविता त्याच्या व्यक्तीजीवनाला, त्याच्या माणुसकी भावनेला, कणवाळूपणाला तेवढाच मनाच्या कणखरपणाला सामोरे आणते आहे.

आज राजकीय दुटप्पीपणा, स्वार्थीपणा या जगाला तारूच शकत नाही आणि इथला बुद्‌धिमान मानव स्वमनाने समाजहीत असेल तिथे डोलू शकत नाही. तेव्हा

या कालखंडात इथल्या करोडो दारिद्र्यमय रयतेची आसवे आता साहित्यिकांच्या मनाचा कनवाळूपणा, उदारवादीपणा प्रामाणिकपणाकडे डोकावून बघत पुढे चालून या जगाला आता साहित्यिकांशिवाय कोणीच तारू शकत नाही असाच विश्वास रूढ होऊ पाहतो आहे. आशेचा किरण या वाङ्मयकारक जातीतूनच पुढे येऊ शकतो. हा ठाम विश्वास येऊ पाहतो आणि यात किशोरसारखे व्यक्तिमत्त्व जर या काव्यप्रांतात अगदी चपखलपणे आपले शब्दशस्त्र या व्यवस्थेवर परिवर्तनासाठी उगारित असेल तर...! त्यांची कविता कोणाला प्रिय वाटणार नाही?

डार्विन, मार्क्स, फ्राईड या तत्त्ववेत्यांनी सामाजिक क्रांती करून युरोपला बदलविले. आज साहित्यक्रांतीने भारत वैचारिकरित्या बदलविण्याची जबाबदारी साहित्यिकावर नक्कीच आलेली आहे. किशोर या परिवर्तनाच्या वाटेवरील काव्यरूपी पांथस्थ होतो आहे. त्यांच्याकडून आशा बाळगायला हरकत नाही.

जगात विज्ञानानंतर साहित्यच क्रांतीची मशाल पेटवू शकतो. किशोर तर तुकाराम महाराजांचा शब्दजागर करीत हातात टाळ, चिपड्या न घेताच उभा ठाकलाय. काळावर घाला घालायचा असेल तर आज किशोर गावागावात तयार करावा लागेल. या शिवाय पर्याय नाही.

साधी, सोपी मांडणी असलेल्या एखाद्या कवितेत विषयांनुषंगाने नावीन्यता नसेलही, कवीच्या कल्पकतेतून निर्बुद्ध मनावर चढलेला जंग काढणारा काव्याचा आशय पुढेही काळातीत या समाजमनाला सातत्याने उपयोगी भासणारा असेल, जोवर परिवर्तन होत नाही तोवर!

११) देशाभिमान आणि स्वातंत्र्याची नोंद :

"स्वातंत्र्याचा सूर्य ज्याने केला काळा
भ्रष्टाचारास त्या कधी बसणार आळा
आपणही जर व्यवस्थेत बरबटलो
भर चौकात स्वतःचाही पुतळा जाळा" (पृ.५२, दिवस निरुत्तर येतो)

कवी कवितेतून सहजपणे देशाभिमान व्यक्त करतो. स्वातंत्र्याची आजची परिभाषा सांगून जातो आहे. भारतीय समाजव्यवस्थेतील भयानक, उग्र

शोषणवाढ कवीच्या मनात तसेच प्रामाणिकत्व जपणाऱ्या व्यक्तिमत्त्वात प्रचंड संताप, चिड निर्माण करणारी आहे. याप्रसंगी क्रांतीतत्त्वाचे निदर्शन करणे अत्यावश्यक ठरते आहे. याचमुळे कवीची ही कविता प्रतिनिधिकत्व घेऊन येते. यामुळे तरी या व्यवस्थेला नाकारत इथे घटना, मूल्य रुजतील हा कवीला आशावाद वाटतो आहे.

"फूल समजून मी जेव्हा

काटेच काटे वेचू लागतो

स्वातंत्र्य म्हणजे सुटला प्रश्न

आनंदाने नाचू लागतो" (पृ.१७, एक्कावन कविता माझ्याही)

विषमतावादात राजकीय व्यक्ती आपली पोळी शेकून जनसामान्याची होळी करून जात आहे. त्यांनी दाखवलेला गाजर म्हणजेच आमच्या आनंदाला येणारं उधाण असतं. पण ते पुरेसे आहे काय?

"कधी-कधी भारत मला माझा देश वाटतो

त्याची दशा पाहून माझा गहिवर दाटतो" (पृ.३४, एक्कावन कविता माझ्याही)

कवीचा दाटून येणारा हा गहिवर, "कधी-कधी" या उपहासात्मक, टीकात्मक विवेचनाने समोर येते. इथल्या भारतीयांची साशंकता व्यक्त करते आहे.

"जो लढला प्राणपणाने

ह्या अखंड देशासाठी

शव ताटकळले त्याचेही

...एका आदेशासाठी" (पृ.५७, कालिंदीच्या डोहातून)

देशासाठी अमरत्व पत्करणाऱ्या शहीद वीरांच्या देहाचीही आज अवहेलना होताना दिसते आहे. कवी वास्तवता समोर आणीत या देशाचं स्वातंत्र्य एकसंघ राहावं, इथे समतेची, न्याय-तत्त्वाची बाब कसोशीने हक्क अधिकार कर्तव्यागत प्राप्त व्हावी. यास्तव त्यांच्या काव्याचे प्रयोजन होय. कवीच्या मनातील भाव ही देशाप्रति आस्था निर्माण करीत, इथल्या कुनितीविचारांना समोर आणीत त्यांचा नायनाट करण्यास सज्ज करणारी आहे.

१२) भ्रष्टाचारी व्यवस्था :

"भारतीय शासकीय, राजकीय व्यवस्थेतील होणारा भ्रष्टाचार कोणाला माहीत नाही? जणू आता भ्रष्टाचार शिष्टाचाराप्रमाणे इथे रुजला आहे. कायद्याने मिळालेल्या पळवाटा जाचक नियम, अटी, नसलेली मानवतावादी प्रवृत्ती यातून गलेलठ्ठ होण्याचा हा मार्ग होय. 'ज्याच्या हाती भ्रष्टाचाराची दोरी, तो या जगावर राज्य करी.' हे सूचित करतो आहे. डोळ्यात पाणी आणून तेवढं या व्यवस्थेला संपवण्याऐवजी पाठबळ देत जगतो आहोत? यातच आपल्या साम्राज्याचे हित आहे काय?"

"सगळी कागदपत्रे 'ओके' असतानाही
काढतात काहीतरी सटरफटर लहानशी त्रुटी" (पृ.८६, कालिंदीच्या डोहातून)
"देशावर प्रसंग हा
मोठा आणीबाणी
टेबलाच्या खालून तरी
चाले चहापाणी" (पृ.१२१, दिवस निरुत्तर येतो)
"भ्रष्टाचाराचा निनादे
चहूबाजू घोष
थोडा थोडा थोडा थोडा
प्रत्येकाचा दोष" (पृ.१२२, दिवस निरुत्तर येतो)
कवी अगदी मोजक्या शब्दकळ्यांतून आपलं मन उलगडतो आहे. आशा करूया, "कधीतरी भारत देश आपला आपल्याला गोड वाटेल." तसे तर या कलियुगातील एखादा अवतार आपल्याला 'अच्छे दिन' बघायला, जगायला लावेल तोपर्यंत किशोरची कविता जिवंत होऊन रसिकांना साद घालत राहणार आहे.

७०७

-

१३) तळीरामाची कविता :

"कुठलेच काम माझे
होत नाही ठीक
तीन पेग मारूनही
येत नाही कीक" (पृ.१८०, दिवस निरुत्तर येतो)
"असंच समथिंग समथिंग
सोताशीच बोलायच्या ने
इविनींगला 'बियर' ड्रिंक करताने
विल्स फुंकायच्या" (पृ.२१, एक्कावन कविता माझ्याही)
"काल रात्री जास्त झाली मला यार हो
डोळियांनी प्यायची ही कला यार हो
तीर्थयात्रा जाल विसरून खरे सांगतो
एकदा मदिरालयासी चला यार हो
लागले देशोधडीला पिणारे इथे
पाजणारा बांधतो बंगला यार हो" (पृ.८६, दिवस निरुत्तर येतो)

'काल रात्री' ही गझल संपूर्णपणे मदिरालयावर आधारित आहे. उपरोक्त शेर बघून मनात एक कालवाकालव होते. एका शेरात उपहास साधणारा कवी इथे 'पाजणारा व पिणारा' यातील जीवनसाधर्म्य शोधावयास भाग पाडतो आहे. ही समस्या वास्तव आहे. कवीची ही कविता तळीरामच्या जीवनावरील विडंबनात्मक भाष्य करीत जागरूकता निर्माण करणारी आहे. तेवढीच मनात गुदगुल्या करीत चेहऱ्यावर मिश्किल हसू आणणारी आहे. यातील विषयानुरूप असलेली काव्यशैली कवीच्या कवितेला महात्म्य देणारी आहे.

१४) तात्त्विक वैचारिक दृष्टिकोन :

"किशोरची कविता ही संपूर्णतः वैचारिक दृष्टिकोन घेऊन येत, तात्त्विक विचारसरणीच्या खांबावर दिमाखदारपणे उभी आहे. कवी

आपल्या कवितेतून नवे ज्ञानअर्क देतो. सृजनशीलत्वाचे भाव प्रसवित कवी कधी स्वकेंद्रित, आत्ममग्न होतो. संवादी लय साधत मानवतावादी दृष्टिकोनाचा जागर करीत समोर येतो. तर कधी प्रबोधन जागर मांडीत सुआचरण जाणिवांचे व्यक्तित्व निर्माण करण्यास काव्याच्या प्रयोजनात अडकलेला दिसतो आहे."

'कालिंदीच्या डोहातून' या संग्रहात तर तात्त्विक, वैचारिक कवितांची पेशकश पानोपानी आहे.

"असो,

कुंकू आता पूर्वीसारखं गडदलाल राहिलं नाही

एवढं मात्र खरं... (पृ.११, कालिंदीच्या डोहातून)

पती-पत्नीच्या प्रेमातील, सहज वागण्यातील आचरण, त्यातील गडद भावार्थ मनाला विचारशून्य करून जातो आहे. तत्त्व आणि चिंतन याचा संगम साधत दरवळणारी ही कविता आहे.

"बऱ्याच वर्षांपूर्वी सोडलंय मी मंदिरात जाणं

देव वगैरे गेलो पार विसरून

कायम लक्षात राहिली...

ती मंदिराच्या पायरीवरनं

चोरीस गेलेली माझी चप्पल

डाव्या पायाचा अंगठा तुटण्याच्या

बेतास असलेली" (पृ.८२ दिवस निरुत्तर येतो)

कवीची कल्पनाशक्ती सर्रास कुठेही विहंगम करते आहे. पृ. ८०, ८१, ८२ वरील सहा लघुकविता एका वैचारिक दृष्टिकोनातून नवे चिंतन प्रसारित करतात.

"मी त्याला अन्न आणि वस्त्र मागितलं

त्याने अण्वस्त्र दिले

तुझ्या अशा वागण्यामुळेच सारा घोळ झाला आहे

पण ह्या जगाचा अंत... आता जवळ आला आहे" (पृ.४० दिवस निरुत्तर येतो)

मानवी भुकेचा आर्त टाहो विशद करणारी सुरेख गर्भित कविता याशिवाय अन्य प्रकारे मांडल्या गेली तर! इतकं वास्तव मनाला चटका लागेल काय?

"हजारदा लढलो, तुटलो, पडलो, उठलो मी

तेव्हा कुठे ही जिंदगी दोस्ता माझी झाली" (पृ.१६, दिवस निरुत्तर येतो)

अपयशातून खचून न जाता प्रयत्नरत राहणे हीच आमची गरज आहे. मानवी मनाला आशावादी करीत नवऊर्जा प्रदान करणारा, तात्त्विक दृष्टी देणारा शेर होय.

कवी अनंत प्रगाढ चिंतनाने रसिकांना मग्न करून जातो. विचारांचे आदान-प्रदान करतो. यातून नव्या जीवनाचा दृष्टिकोन समोर ठेवतो. किशोरने जीवनातील चढ-उतार, अनुभव स्वतः निरीक्षणात्मक दृष्टीने पाहिले, अनुभवले आहे. त्यामुळे मानवी मनाला सक्षम करण्याचा त्यांचा प्रयत्न, तत्त्व चिंतनातून साकार होताना दिसतो आहे. कवीच्या प्रस्तुत ओळी बघूया...

"हा डोळ्यासमोर तू जे काही बघतो, वाचतो आहेस

हा केवळ अक्षरांचा बाजार

ही कविता नाहीच" (पृ.१२५)

कवीला निव्वळ कविता नको आहे. त्यांचे शब्द कवितामय होत असतीलही, पण ते जीवनाचे वास्तव तत्त्वज्ञान आहे. चिंतन आहे. यातून खरी वैचारिकता, जनकल्याण, प्रबोधन करीत जीवनध्येय साकार करावयास लावणारी ही 'शब्दकळा' होय. आपण त्याला 'कविता' समजतो आहोत. कदाचित हा आमचा वेडेपणा काय? कवीच्या कविता तत्त्वविचारांच्या खांबावर अंतर्भूत ठाण मांडून बसलेल्या आहेत. कवीची चिकित्सक दृष्टी व त्यातून दिला जाणारा मार्मिक उपदेश हा कवितेच्या आशयातील मुख्य गर्भभाव आहे. कवीने हाताळलेल्या 'क्षणिका' काव्यप्रकारात तर फार मोठे जीवनाचे तत्त्वज्ञान पेरले आहे. मात्र 'कालिंदीच्या डोहात' या संग्रहात फक्त अकरा क्षणिकांचा समावेश असून अप्रकाशित क्षणिका बघितल्यास त्याचा प्रत्यय नक्कीच येईल. काही अप्रकाशित क्षणिका बघूया...

१) कालपर्यंत सोबत चालणारी सावली

केव्हा पुढे निघून गेली कळलेच नाही

मी बसलोय... मागून येणाऱ्या उन्हाची वाट पाहत

२) सौंदर्य मुळातच सुंदर असतं

मात्र... सौंदर्याची सुंदरता

अनुभवण्यासाठी...

नजरेचे आकाश निरभ्र असणंही असतं आवश्यक

३) पिल्लं क्यूट असतात...

बाईची असोत वा कुत्रीची...परंतु

पिल्लं असतात तोवरच

४) खरेतर मला... अनंतात विलीन व्हायचे होते

परंतु मी तुझ्यात विलीन झालो

'मै मजबूर था...' माझ्या हातात काहीच नव्हतं

सॉरी...

५) उद्या जर आलीच बातमी की

दीर्घ आजाराने तुमचं निधन

तर समजून जाईन मी...

तुम्ही वाचत होता माझी... दीर्घ कविता...

६) तुझ्यावर प्रेम करतो म्हणजे

माझ्यावरच... प्रेम करतो मी

तू उगाच आपला करून घेतला... गैरसमज

की... मी तुझ्या प्रेमाबिमात आहो म्हणून

७) एका गोष्टीत

असंख्य गोष्टी असतात दडलेल्या

काही पूर्ण व्हायला उत्सूक... काही चिडलेल्या

याप्रकारे क्षणिका साकारीत तत्त्वचिंतन मांडणाऱ्या ह्या कविता आपणास वेगळ्याच भावविश्वात रममाण करून जातात.

१५) प्रेमभाव :

"ओठावरील तुझ्या

सावळासा तीळ

आणि माझ्या पीळ

.... काळजाला (पृ. १४५, कालिंदीच्या डोहातून)

'प्रेम' हा विषय सर्वांच्या आवडीचा. रंग, ढंग, साज, शृंगार, करुणा अशा विविध प्रतिभावातील गुंतलेले मन, कदाचित ही 'प्रीती' नसेल तर मानवाचा स्वभावही द्वेष, मत्सराला जवळ करेल. यामुळेच 'प्रेम' जपायला हवं. आई-वडील, आप्त, बहीण, भावंड, मित्र, सखी, पत्नी अशा अनेक व्यक्तिमत्त्वांशी प्रेमाने राहायला हवं. 'प्रेम घ्यावं, प्रेम द्यावं' एकंदरीत माणसाचे जीवनच प्रेम व त्यावरील विश्वास या

कडीवर अवलंबून आहे.

किशोरची प्रेमकविता मात्र वेगळ्या धाटणीची आहे. प्रस्तुत ओळी अभंग रचनेतून मांडत मनाच्या शुद्ध सहेतूक अवस्थेला जागृत करण्याचे कार्य केले आहे. तरुणाईच्या कंठातून रोज उफाळून याव्यात अशा ओळी, चार ओळीच्या अर्थाने मनाच्या भावविश्वाला प्रेमाचं सौंदर्य देणाऱ्या काळजातील ह्या उत्कंठावर्धक ओळी होत.

"रास खेळून सारी यमुना गढूळ केली
आणि म्हणतो कान्हा आता तू माझी राधा नाही
तू कितीही मार फेऱ्या मागून-पुढून तिच्या घराच्या
तुला भीक प्रेमाची घालण्याचा तिचा दिसत इरादा नाही" (पृ.१८, एक्कावन कविता माझ्याही)

बऱ्याचशा लेखकांची लेखणी प्रारंभी 'प्रेम' या विषयातून समोर जाताना आम्ही बघितली आहे. मात्र किशोर आपल्या संग्रहात 'प्रेम' या विषयावर फार मोजक्या ठिकाणी व्यक्त होताना दिसतो. खरंतर किशोरचं काव्यपिंड वैचारिक, कल्पनात्मक आहे. मात्र किशोरची 'प्रेमकविता' अगदी गर्भित असे वलय घेऊन पुढे-पुढे साकार होत गेल्याचे दिसून येते. त्यांच्या कवितेतील प्रेमभाव हा सामाजिक जाणीवेच्या-नेणीवेच्या कक्षेत येतो. निखळ मनोरंजन व आस्वाद ही उद्दिष्टे किशोरच्या कवितेत नाहीत, तर त्या कवितेतील भावार्थ मानवी मनाला उद्देशात्मक जाणीव देणारा आहे.

प्रेमातलं खरंखोटंपण न जाणता वरपांगी देखाव्याला भुलून प्रेममय होणाऱ्या तरुणाईला 'कृष्ण-राधा' यांच्या प्रतिकातून समंजसभाव देणारी खुमासदार कविता होय.

"मी तुला का व किती आवडतो
यापेक्षा मी तुला परवडतो की नाही
याचा तू विचार करायला हवा" (पृ.५८, एक्कावन कविता माझ्याही)

सुशिक्षित बेरोजगारांच्या मनातील उमललेले भाव आणि त्यांची सखी यातील संवाद म्हणजेच 'मला माफ कर' ही सुंदर कविता होय.

"ही अमृताची चव खरी जाणावया
ओठांवरी ओठांस ठेऊ ये प्रिये" (पृ.३३, दिवस निरुत्तर येतो)

"जोवरी मी सुंदर आहे तरुण आहे
स्वर्ग साती दारी माझ्या पडून आहे" (पृ.३९, दिवस निरुत्तर येतो)

काही मोजकेच व्यक्त झालेले प्रेमभावनात्मक शेर 'दिवस निरुत्तर येतो' या संग्रहात डोकावतात.

'कालिंदीच्या डोहात' हा संग्रह तर अगदी सुरुवातीस कवी डोहाशेजारी कातरवेळी बसले असताना सखीच्या धुंद आठवणी गात येतात. ते या आठवणीत समाधीस्थ होतात. तेव्हा त्यांचे निःस्पृह प्रेम सखीच्या प्रेमातून सामाजिक जीवनाच्या प्रेमात डोकावतांना दिसते. त्यातील विचाराचे बंध रसिकांना एका वेगळ्याच प्रेमाची सफर करायला लावतात.

"झाले अत्तराचे फूल

सारी बेहोशली हवा

मी ही झालो सखे धुंद

काय पाजली तू दवा?" (पृ.६९, कालिंदीच्या डोहातून)

कवीचं मन सखीच्या श्वासाशी विलीन होत, ऊर्जामयी होत या विषमतावादी जगात पाय रोवून नव्याने उभे होताना दिसते.

कवीला सखीच्या गालावरील तीळ फारच भावतो आहे. ती सखी मुक्तछंदातील कवितेत मावता-मावेना तेव्हा त्यावर एखादी कादंबरी लिहावी असा भास कवीला होतो.

"की तिळासाठी एक अख्खी कादंबरी लिहू

सखे कविते, मी तुला कुठे लपवून ठेवू" (पृ.५९, कालिंदीच्या डोहातून)

"तुझ्या मनाच्या सागरी

कुण्या आठवाची लाठ

कसे ओले अचानक

झाले पापण्याचे काठ" (पृ.५२, कालिंदीच्या डोहातून)

"राहू नकोस अबोल

चल डोळ्यांनीच सांग

मुक्या भावनांची बाई

कशी झाली पांगापांग" (पृ.७६, कालिंदीच्या डोहातून)

किशोरचे समृद्ध निरीक्षण, अनुभव, प्रेम, जाणीव, निसर्ग, मातृत्व, मानवी मनाचे ममत्व व भाव यातील गंध त्यांच्या या कवितेतून दरवळत आहे. काही कविता तात्त्विक आचाराचे जीवनदर्शन देतात. सखीच्या मनधुंद आठवणीतून उगाळत येणारी ही कविता, रसिकांना रोमहर्षकता प्रदान करीत मनाला कासावीस करणारी होऊन जाते.

❧

१६) निरीक्षणे :

"किशोर मुगल यांच्या कवितेत मग्न होतं आस्वादकता घेताना, खूप काही मनातून दाटून येत होतं. ते या ग्रंथरूपाने आपणासमोर मांडले आहे. पृष्ठ मर्यादा राखत निवडक प्रातिनिधिक स्वरूपाने जेवढं मांडता येईल ते आपणासमोर आहे. यात गुणांची मी पारख केली. मात्र दोषारोपण, टीका, कमतरता या बाबीला सदर ग्रंथात स्थान दिलेले नाही. नक्कीच काही उणिवा किशोरच्या काव्यात नाहीत असे नाही. मात्र त्या इथे दर्शविणे ही लेखन भूमिका न ठेवता फक्त आस्वादकता गुणाच्या बाबीतून समोर आणली आहे. यात काही निरीक्षणे प्रत्येक प्रकरणनिहाय वर्तवली असली तरी सामूहिकरित्या खालील निष्कर्ष बघूया."

१) चिंतनशीलता व कल्पकता यांचा सुरेख समन्वय असलेली ही कविता अचंबित करणारी वाटते.

२) कवीची सखोल अनुभूती काव्यातून सकारात्मकता देऊन जाणारी आहे.

३) समाजव्यवस्थेतील विविध क्षेत्र व विविध घटक, पात्र, प्रसंगाची ही जणू दैनंदिन रोजनिशी वाटते.

४) कवीची कविता सामाजिक गुणअवगुणांचे चित्रण करणारी आहे.

५) निसर्गात रममाण होणारा कवी काव्यातून मानवी मनालाही निसर्गमय करून जातो.

६) साधी, सोपी शैली, आशय-अभिव्यक्तीचे जीवनाच्या पलीकढील गूढ दर्शन देणारी कविता होय.

७) बोलीभाषेतील प्रयोजन, अभ्यासवृत्ती, चिंतनवृत्ती ही रसिकांना नवोदितांना, भावी पिढ्यांना नवे संदर्भ देणारी आहे.

८) श्रमिक जीवन, शेतकरी चिंतन, सामाजिक चिंतन, राजकीय, तत्त्वज्ञानाचा प्रचार की आक्रोश असे विविध विषयात रमवून भेदक वास्तव चित्रण करणारी कविता आहे.

९) मानवी मनाला सर्जनशीलतेकडे नेणारी मानवी मनातील विसंगती व आत्मवृत्तीचे दर्शन घडवणारी कविता आहे

एकंदरीत किशोरची कविता नावीन्यपूर्ण, कल्पनात्मक, प्रयोगशील होत नित्यनेमाने दांडगा अनुभव विशद करणारी कविता असल्याने यात रंजकता, अंतर्मुखता, वैचारिकता, गर्भता, विचारभावनांचा आविष्कार, संवादी, बोलकी तर कधी स्वगत प्रवाही होत मनाला भिडणारी अशी सर्व गुणसंपन्न कविता असल्याने आज किशोर चंद्रपूर जिल्ह्यातीलच नव्हेतर महाराष्ट्रातील ख्यातनाम कवीच्या यादीत येत प्रसिद्धीस पावलेले कवी आहेत. त्यांची कविता पुढे अनंत कालावधीपर्यंत मनात घर करून बसणारी आहे. कवीचे व्यक्तिमत्व यात डोकावत असल्याने ही कविता तेवढीच मोहक, शामक कविता वाटते आहे. उत्तम भाषाशैलीने अर्थानुभव देत समाजसापेक्ष ही कविता सदैव उपयुक्त ठरणार आहे.

जेवढे चिंतन, तेवढीच उकलणारी ही कविता होय. अर्थाचे अनंत कवडसे निर्माण करणारी ही बेधुंद कविता आहे. यातील निरीक्षणे अगणित आहेत. कवीच्या या काव्य प्रवासात पुढे बहारदार कवितेची व त्यांच्या बहारदार संग्रहाची वाट बघत या लेखन प्रपंचाला इथेच विराम देऊया!

समारोप :

उपरोक्त आस्वादक भूमिकेतून किशोरची कविता रसिकाग्न असल्याची ही नोंद घेताना मन हर्षून गेले आहे. त्यांच्या कवितेची मेजवानी ही अगदी आवडीच्या पदार्थागत, कवी काव्यातून समाजाला जे-जे देता येईल तेवढे चांगले मूल्यत्व, जाणिवा, समृद्धता देतो आहे. प्रभावी बाण्याची कविता आणि त्यांच्या कवितांना असलेली प्रचंड मागणी बघू जाता, कवी आपल्याकडूनही बरीच अपेक्षा ठेवतो आहे. त्यांच्या काव्याप्रति असलेल्या मनभावनांना आपण समजून घेत, मनात रंजन घालणाऱ्या, खोलवर झिरपणाऱ्या, रुजणाऱ्या कवितेला तेवढंच पुढे येणाऱ्या काव्य संग्रहाचेही आपण स्वागत करूया!

अखेर, कवीच्या बऱ्याच ओळी सदैव मनात रेंगाळत राहणाऱ्या, मनाला दिलासा, बळ देणाऱ्या, जीवनातील चांगुलपणाचे भाव, आस देणाऱ्या, मनाला

प्रेरणा देणाऱ्या...

"आभाळाचा कागद

सागराची शाई

लिहून सरली

तरी उरलीच... आई..."

(पृ.१२८, दीर्घकाव्य, दिवस निरुत्तर येतो)

"आयुष्याचा अर्धा ग्रंथ वाचून झाला

आई इतके सुंदर दुसरे पान नाही"

आईच्या निर्मळ प्रेमात, झऱ्यात झुळझुळ अनंतप्रवाही असलेल्या कवितेला आणि कवीला शतशः नमन!

❦

संजय येरणे यांचा साहित्यविषयक परिचय

नाव : संजय विस्तारी येरणे.

पत्ता : 'येणू भिकाजी' सदन, वार्ड नं. ६, शिवाजी चौक,

मु. पो. तह. नागभीड. जि. चंद्रपूर. पिन ४४१२०५

संपर्क – ९४०४१२१०९८

Email - sanjayyerne100@gmail.com

website – https://vicharvishwa.com

शिक्षण : एम. ए. (मराठी, समाज, डॉ.आंबेडकर थॉट्स) डी.एड, डी.एस.एम.

जन्म : १९ नोव्हेंबर १९७६

व्यवसाय : प्राथमिक शिक्षक, नागभीड. जि. चंद्रपूर

साहित्यविशेष कार्य:

लेखक, कथाकार, कादंबरीकार, कवी, संपादक, प्रकाशक, वक्ता म्हणून परिचित., अनेक वाड्.मयीन नियतकालिकांतून, वृत्तपत्रातून लेख, कथा, कविता, ललित लेखन, स्फुट लेखन प्रसिद्ध, संस्थापक-अध्यक्ष, भरारी साहित्य शिक्षण कला सेवा संस्था. 'मी संताजी बोलतोय' व 'संताजीची सावली यमुना' या एकपात्री प्रयोगाचे लेखन व आयोजन, सादरीकरण. विद्यार्थ्यांकरिता प्रयोगात्मक 'इंग्रजी रिडींग पॅटर्न' ची निर्मिती व पुस्तक रूपाने प्रकाशन करून अनेक शाळात इंग्रजी कमी वेळात व कमी श्रमात वाचता येणे याविषयी प्रात्यक्षिक सादर व व्याख्यान, मार्गदर्शन करणे. विविध विषयावर व्याख्याता म्हणून सादरीकरण. डफरं लघुचित्रपट निर्मिती, संताजी जगनाडे महाराज एक 'योद्धा' व त्यांची पत्नी 'यमुना' आणि रमाताई तेलीण यांच्यावरील 'रमास्त्र' अशा ऐतिहासिक जगातील पहिल्याच कादंबरीचे संशोधनात्मक लेखन कार्य.

पुरस्कार :

जिल्हा आदर्श शिक्षक पुरस्कार २०२१, महाराष्ट्र बुक ऑफ रेकॉर्ड, विशेष राष्ट्रीय पुरस्कार २०१८, विदर्भ युवा गौरव सन्मान, शिक्षण गौरव सन्मान, कर्मवीर भाऊराव पाटील सन्मान, अंतरंग सन्मान, म. फुले राज्यस्तरीय शिक्षक सन्मान, बौद्धसमाज पंचकमेटी सन्मान, सर्वज्ञ साहित्यरत्न पुरस्कार, विविध साहित्यिक, शैक्षणिक, सामाजिक संस्थाकडून अनेक पुरस्काराने सन्मानित. तथा अनेक पुस्तके पुरस्कारप्राप्त.

संजय येरणे यांचे प्रकाशित साहित्य

कादंबरी :

१) 'संताजी जगनाडे एक योद्धा' भरारी प्रकाशन, नागभीड, डिसे. २०१६.

२) 'बयरी' पेन्सिल प्रकाशन, जाने, २०१७.

३) 'यमुना' भरारी प्रकाशन, नागभीड, डिसे. २०१७.

४) 'वॉरीयर्स' पेन्सिल प्रकाशन, इंग्रजी आवृती प्रकाशित, डिसे. २०१९

कथासंग्रह :

१) 'डफरं' मायबोली प्रकाशन, मुंबई, डिसे. २०१४.

२) 'डमरू' पेन्सील प्रकाशन, जाने. २०१८.

३) 'फयान' इंग्रजी आवृती नोशन पब्लीकेशन फेब्रु.२०२२.

बालकथासंग्रह :

१) 'एक आहे अनिकेत' (मराठी आवृती) भरारी प्रकाशन, नागभीड, फेब्रु, २०११

२) 'अनिकेत' (इंग्रजी आवृती तथा ई आवृती) भरारी प्रकाशन, नागभीड, फेब्रु. २०११.

वैचारिक ग्रंथ :

१) 'सूडाचा प्रवास' भरारी प्रकाशन, नागभीड डिसें.२०१४.

२) 'कथाविचार' भरारी प्रकाशन, नागभीड, डिसे.२०१८.

३) 'काळजातील शब्दगंध' लेखसंग्रह, शॉपीझेन प्रकाशन, जून २०२१.

४) 'बुद्ध हवा हवासा वाटतो' निबंधसंग्रह, शॉपीझेन प्रकाशन, जाने. २०२२.

शैक्षणिक :

१) 'संजय येरणे इंग्लिश रिडींग पॅटर्न' भरारी प्रकाशन, नागभीड जून २०१६.

कवितासंग्रह :

१) 'काटेरी निवडुंग' (चारोळी) भरारी प्रकाशन, नागभीड, जाने.२००८.

२) 'जागल' भरारी प्रकाशन, नागभीड फेब्रु. २०११.

३) 'सत्यान्वेषी माणूस' शॉपीझेन प्रकाशन, ई-साहित्य प्रकाशन, एप्रिल २०२१.

समीक्षाग्रंथ :

१) 'ना. गो. थुटे यांच्या चारोळी कवितेची समीक्षा' - श्रेयस प्रकाशन, हिंगणघाट, मे २०१५.

२) 'काव्यफुलांचे अंतरंग' डॉ. राजन जयस्वाल यांची कविता - भरारी प्रकाशन, नागभीड. सप्टे, २०१५.

३) 'मधुघट' मधुकर गराटे यांची कविता, शॉपीझेन प्रकाशन, डिसे. २०२०.

४) 'चौरंग' डॉ. राजन जयस्वाल यांची चारोळी व समीक्षा, शॉपीझेन प्रकाशन, ई साहित्य, डिसे. २०२०.

५) 'नामालूम' किशोर मुगल, व्यक्तिजीवन, कविता व समीक्षा, नोशन पब्लीकेशन, जाने. २०२३

काव्यसंपादन :

१) 'अंगार'- भरारी प्रकाशन, नागभीड, ऑक्टो.२०१२.

२) 'उधाण'- भरारी प्रकाशन, नागभीड, ऑक्टो.२०१२.

३) 'आरसा'- भरारी प्रकाशन, नागभीड, एप्रिल.२०१४.

४) 'घाण्याचे अभंग'- 'संताजी जगनाडे महाराज' भरारी प्रकाशन, नागभीड. डिसे.२०१६.

संपादन ग्रंथ :

१) 'राष्ट्रवाणी'- 'राष्ट्रसंत तुकडोजी महाराज जीवनकार्य व विचार ग्रंथ' नोशन पब्लीकेशन, सप्टें. २०२१.

एकांकिका :

१) 'श्यामची आई' नाट्यरूपांतर, व रामा ढगल्या एकांकिका, शॉपीझेन प्रकाशन, सप्टें. २०२१.

संजय येरणे यांच्या समग्र साहित्यावरील समीक्षा :

१) 'सर्वस्पर्शी प्रतिभावंत' लेखक, समीक्षक पुनाराम निकुरे, क्रिस्टल प्रकाशन पुणे व ई-साहित्य पोर्टल, जाने. २०२१.

हरीश येरणे (भाऊ) यांचा वैचारिक लेखसंग्रह :

१) बंडखोरी - नोशन पब्लीकेशन, सप्टें. २०२२.